AF766021

ശ്രീജിത്ത് പരമേശ്വരൻ

തിരനോട്ടം

FEMINGO BOOKS
കോട്ടയം
2023

വില: 280 രൂപ

Thiranottam
By Sreejith Parameswaran

Malayalam Studies

Published by:-
FEMINGO BOOKS
femingobooks@gmail.com
Ph: 90740 98776, 8301034604

Cover Model:
Adrika Sreejith

Cover Design:
Maxlab

Printed in India
at Max

Edition:
First Editon November 2023

Price: Rs. 280

ISBN: 978-93-91085-80-3

തിരനോട്ടം

ശ്രീജിത്ത് പരമേശ്വരൻ

കായംകുളം പുല്ലുകുളങ്ങരയിൽ പരേതനായ പരമേശ്വരൻ പിള്ള യുടെയും, റിട്ടയേർഡ് അദ്ധ്യാപിക ശ്രീദേവിയമ്മയുടെയും മക നായി ജനനം. 1994 ൽ അദ്ധ്യാപകവൃത്തിയിലേക്ക് കടന്നു. ഇപ്പോൾ പുല്ലുകുളങ്ങര എൽ.പി. എസിലെ പ്രഥമാദ്ധ്യാപകൻ. അദ്ധ്യാപിക യായ രാധികാ കൃഷ്ണനാണ് ഭാര്യ. ഏക മകൾ അദ്രിക.

വിലാസം:
മണ്ണൂത്തറ, കണ്ടല്ലൂർ നോർത്ത്, പട്ടോളി മാർക്കറ്റ് പി.ഒ,
കായംകുളം 690 531
ഫോൺ: 9447032996

പ്രസാധകക്കുറിപ്പ്

കഥകളിയെ മലയാളികൾക്കു പ്രത്യേകം പരിചയപ്പെടുത്തേണ്ട തില്ല. നളചരിതവും ദുര്യോധന വധവുമൊക്കെ അത്രമേൽ സുപ രിചിതമാണ് നമുക്ക്. തികച്ചും പുരുഷകേന്ദ്രീകൃതമായ ഒരിടം എന്നൊരു മുൻവിധി ഇന്നും കഥകളിയെന്ന കലയെക്കുറിച്ചു സമൂ ഹത്തിൽ നിലനിൽക്കുന്നുണ്ട്. എന്നാൽ യാഥാർത്ഥ്യം അതിൽ നിന്നും എത്രയോ കാതമകലെയാണ്. ചവറ പാറുക്കുട്ടിയിൽ നിന്നും ആരംഭിച്ച് തൃപ്പൂണിത്തുറ വനിതാ കഥകളി ക്ലബ്ബിലൂടെ വളർന്ന് പെൺകഥകളിരംഗം വളരെ സ്തുത്യർഹമായ രീതിയിൽ മുന്നേറുന്ന കാഴ്ചയാണ് ഇന്നുള്ളത്. കലാമണ്ഡലവും പെൺകുട്ടി കൾക്കു മുന്നിൽ കഥകളിയുടെ കളരി തുറന്നിട്ടതോടെ ആ മുന്നേ റ്റം എടുത്തുപറയത്തക്ക വിധം ശ്രദ്ധേയമായിരിക്കുന്നു. ഈ സാഹചര്യത്തിലാണ് ശ്രീജിത്ത് പരമേശ്വരൻ എഴുതിയ 'തിരനോ ട്ടം' എന്ന പുസ്തകം പ്രസിദ്ധീകരിക്കാൻ ഞങ്ങൾ നിശ്ചയിക്കുന്ന ത്. ചവറ പാറുക്കുട്ടി മുതൽ പുതുതലമുറയിലെ കഥകളി വേഷ ത്തിലെ നിറസാന്നിധ്യങ്ങളായ വനിതകളെ പരിചയപ്പെടുത്തുന്ന താണ് ഈ പുസ്തകം. കഥകളിയെന്ന കലയെ സ്നേഹിക്കുന്ന വർ നിശ്ചയമായും വായിക്കേണ്ട ഒന്നാണിത്. കഥകളിയിലെ ആചാര്യന്മാരുടെ സ്മരണയെ മുൻനിർത്തി ഇത്തരം ഒരു പുസ്ത കം പ്രസിദ്ധീകരിക്കാൻ സാധിച്ചതിൽ ഏറെ ചാരിതാർത്ഥ്യമുണ്ട്. കലാസ്നേഹികൾക്കു മുന്നിൽ സാദരം ഞങ്ങൾ 'തിരനോട്ടം' സമർപ്പിക്കുന്നു.

ദുർഗ മനോജ്
ഫെമിൻഗോ ബുക്സ്

സമർപ്പണം

ഈ പുസ്തകം എഴുതുന്നതിനിടയിൽ തീർത്തും
അപ്രതീക്ഷിതമായി എന്നെ വിട്ടുപോയ
എന്റെ അമ്മ ശ്രീദേവിയമ്മയുടെ
ദീപ്തസ്മരണയ്ക്കു മുന്നിൽ
സമർപ്പിക്കുന്നു.

വിജയ സാരഥേ ! സാധു ദ്വിജനൊന്നു പറയുന്നു
സുജന സംഗമമേറ്റം സുകൃതനിവഹ സുലഭമതനു നിയതം

ആമുഖം

തിരനോട്ടത്തിലേക്ക്

ശ്രീജിത്ത് പരമേശ്വരൻ

എന്റെ മകളാണ് ഈ പുസ്തകത്തിന്റെ കാരണക്കാരി. ഒരു ദിവസം ഏവൂർ ശ്രീകൃഷ്ണസ്വാമി ക്ഷേത്രത്തിലെ ഉത്സവത്തിനിടെ അവൾ കണ്ട കഥകളി, ആ കുഞ്ഞുമനസ്സിൽ ഒരുക്കിയ നിറച്ചാർത്ത്, അവളെ കഥകളി പഠിച്ചേ തീരൂ എന്ന വാശിയിൽ എത്തിച്ചു. ഏറെ നിർബന്ധത്തിനൊടുവിൽ ഞങ്ങൾ അവളുടെ വാശിക്കു വഴങ്ങി. എന്റെ സുഹൃത്തും കളരിഗുരുക്കളുമായ ജയകൃഷ്ണ മേനോൻ ആണ് ഗുരുവിനെ കണ്ടെത്താൻ എന്നെ സഹായിച്ചത്. അങ്ങനെ ഏവൂരിലെ കലാമണ്ഡലം കൃഷ്ണപ്രസാദ് ആശാനു മുന്നിൽ ഞങ്ങളെത്തി. ആശാന്റെ ശിക്ഷണത്തിൽ ചവിട്ടി പഠിച്ച്, ഇന്നവൾ പല വേദികളിലും വേഷമിടുന്നതു കാണുമ്പോൾ ഞങ്ങൾക്ക് അഭിമാനമാണ്. അവളോടൊപ്പം അണിയറയിലും അരങ്ങിനു മുന്നിലും സമയം ചെലവിടുമ്പോഴാണ് ഞാനത് ചിന്തിച്ചത്, എത്ര സ്ത്രീകൾ അവൾക്കു മുന്നേ ഈ വഴി സഞ്ചരിച്ചിട്ടുണ്ടാകും? പുരുഷകേന്ദ്രീകൃതമെന്നു മുദ്രകുത്തപ്പെട്ട കളിയരങ്ങിൽ കുറച്ചു വനിതകൾ സധൈര്യം കടന്നു വന്നു ചരിത്രം മാറ്റിയെഴുതിയിരിക്കുന്നു. ക്രമേണ അതൊരു കൗതുകചിന്തയായി മാറി. അങ്ങനെ എന്റെ അന്വേഷണം ആരംഭിച്ചു.

കഥകളിയുടെ സാഹിത്യരൂപമാണ് ആട്ടക്കഥ. കഥകളി രംഗത്തെ സ്ത്രീപ്രാതിനിധ്യം തുടങ്ങുന്നതിവിടെയാണ്. ഇരയിമ്മൻ തമ്പിയുടെ മകളായ കുഞ്ഞിക്കുട്ടിത്തങ്കച്ചി പ്രസിദ്ധമായ മൂന്ന് ആട്ടക്കഥകൾ രചിച്ചുകൊണ്ട് കഥകളി രംഗത്തെ സ്ത്രീപ്രാതിനിധ്യത്തിന് തുടക്കം കുറിച്ചു. ആട്ടക്കഥാരചനയിൽ തുടങ്ങിയ സ്ത്രീ പ്രാതിനിധ്യം തുടർന്നു വേഷത്തിലേക്കും കടന്നു. വഞ്ചിയൂർ കാർത്യാ

യനിയമ്മ എന്ന കലാകാരി ആദ്യമായി മനയോല തേച്ചുമിനുക്കിയ മുഖവുമായി അരങ്ങിലെത്തി കഥാപാത്രത്തെ അവതരിപ്പിച്ചപ്പോൾ മാറ്റിയെഴുതാൻ തുടങ്ങിയത് കഥകളിയുടെ പുരുഷമേധാവിത്വ കലയെന്ന മേൽവിലാസത്തെയാണ്. തുടർന്ന് നിരവധി കലാകാരികൾ ഈ രംഗത്തേക്ക് കടന്നുവന്നു. കഥകളിയെ ഒരു പ്രൊഫഷനായി കണ്ട് ഈ രംഗത്ത് നിറസാന്നിധ്യമായി നിലകൊണ്ട കലാകാരികളിൽ പ്രഥമസ്ഥാനം മാങ്കുളം വിഷ്ണുനമ്പൂതിരിയുടെ ശിഷ്യയായ ചവറ പാറുക്കുട്ടിയുടേതാണ്. ലളിത, പാഞ്ചാലി, ഉർവശി, സതി, മലയത്തി തുടങ്ങി മലയാളിക്കു മറക്കാനാവാത്ത ഒട്ടനവധി വേഷങ്ങൾ അനശ്വരമാക്കിയ അതുല്യപ്രതിഭയാണ് ഈ കലാകാരി.

ചവറ പാറുക്കുട്ടി, തുടർന്ന് ചേലനാട് സുഭദ്ര എന്നിവരിൽ നിന്നും ആരംഭിച്ച യാത്രയിൽ അവർക്കു പിൻഗാമികൾ ധാരാളം പേർ ഉണ്ടായി. ആ കലാകാരികളുടെ നേർക്ക് ധാരാളം ചുളിയുന്ന പുരികങ്ങൾ ഉയർന്നിരിക്കണം, കാരണം കാലമതായിരുന്നു. പിന്നീട്, സ്കൂൾ-കോളേജ് കലോത്സവങ്ങൾ കൂടുതൽ ജനകീയമായതോടെ പെൺകുട്ടികൾക്കായി കഥകളി മത്സരം വന്നു. ധാരാളം പെൺകുട്ടികൾ കഥകളിക്കളരിയിൽ ആശാന്മാരെത്തേടിയെത്തി. ചിലർ മത്സരത്തിനായി കഥകളി പഠിച്ചു അവതരിപ്പിച്ചു, അരങ്ങു വിട്ടൊഴിഞ്ഞു പോയി. എന്നാൽ ചിലർ അരങ്ങുകൾക്കായി ചിട്ടയൊപ്പിച്ചു പഠിച്ചു, മത്സരങ്ങളിലും മാറ്റുരച്ചു തിളക്കം കൂട്ടി, ഇന്നും അരങ്ങിൽ നിറസാന്നിധ്യമായിത്തുടരുന്നു. ചിലർ കുടുംബജീവിതം തുടങ്ങിയ ശേഷം മാത്രം അരങ്ങിനോടുള്ള ഭ്രമം കൊണ്ടു കഥകളി പഠിച്ചവരാണ്. ചിലർ മത്സരങ്ങൾക്കില്ലെന്നു പറഞ്ഞു കൂടുതലായി കഥകളിയിലേക്ക് അലിഞ്ഞു ചേർന്നു. ഇവർ എല്ലാവരും കഥകളിയിൽ അവരവരുടെ ഭാഗം ചെയ്തിട്ടുണ്ട്. അതുകൊണ്ട്, നാശോന്മുഖമാകുമായിരുന്ന ഈ അഭിനയ വിസ്മയം ഇന്നും മലയാളിയുടെ ഉൾത്തുടിപ്പായി നിലകൊള്ളുന്നു.

കുടുംബം, ഉദ്യോഗം എന്നിവയ്ക്കുള്ളിൽ നിൽക്കുമ്പോൾത്തന്നെ കളിയരങ്ങിനെ സ്നേഹിച്ച ആദരണീയരായ കലാകാരികളെ ഒരു വട്ടമെങ്കിലും അടയാളപ്പെടുത്താതെ പോയാൽ ഒരു കഥകളി സ്നേഹി എന്ന നിലയ്ക്ക് അതൊരു തെറ്റായിത്തീരുമെന്ന ചിന്തയാണ് ഈ പുസ്തകത്തിലേക്ക് എന്നെ നയിച്ചത്. ധാരാളം പ്രതിസന്ധികൾ ഉണ്ടായി. പലവട്ടം എഴുത്ത് പാതി വഴി നിന്നുപോയി. അതിനിടയിലായിരുന്നു എന്റെ അമ്മയുടെ അപ്രതീക്ഷിത വിയോ

ഗം. പുസ്തകം എഴുതി പൂർത്തീകരിക്കാൻ സാധിക്കില്ലെന്നു പോലും ചിന്തിച്ച നാളുകൾ. ഒടുവിൽ അതു പൂർത്തിയാക്കി.

പതിനഞ്ചു കലാകാരികളെയാണ് ഈ പുസ്തകത്തിലൂടെ ഞാൻ പരിചയപ്പെടുത്തുന്നത്. ചവറ പാറുക്കുട്ടി, ചേലനാട് സുഭദ്ര എന്നീ മൺമറഞ്ഞ കലാകാരികളിൽ നിന്നും ആരംഭിച്ച് പ്രവാസി യും എന്നാൽ കഥകളിയോടുള്ള ഭ്രമം നിമിത്തം വർഷത്തിൽ മൂന്നുവട്ടമെങ്കിലും അമേരിക്കയിൽ നിന്നും നാട്ടിലെത്തി അരങ്ങിൽ വേഷമിട്ടു മടങ്ങുന്ന റോഷ്ണി പിള്ളയെന്ന ഐടി പ്രൊഫഷണൽ വരെയുള്ളവരെയാണ് ഈ പുസ്തകത്തിൽ പരിചയപ്പെടുത്തുന്ന ത്. പതിനഞ്ചു പേരുടെ ലഘു ജീവചരിത്രക്കുറിപ്പാണ് ഈ പുസ് തകമെന്നും പറയാം. ചോദ്യം തയ്യാറാക്കി നൽകിയാണ് വിവരശേ ഖരണം നടത്തിയത്. ഓരോരുത്തരോടും സംസാരിച്ച് അവരെ മനസ്സിലാക്കിയാണ് കുറിപ്പുകൾ തയ്യാറാക്കിയത്. കഥകളി രംഗ ത്തു വരുത്തേണ്ട മാറ്റങ്ങൾ, പുതിയ തലമുറ കലയോടു കാട്ടേണ്ട പ്രതിബദ്ധത എന്നിങ്ങനെ ഏതു വിധമാണവർ അരങ്ങത്ത് ചുവടു റപ്പിക്കാൻ കരുത്തു നേടിയത് എന്നൊക്കെയുള്ള കാര്യങ്ങൾ പുസ്തകത്തിൽ വിവരിക്കാൻ പരമാവധി ശ്രമിച്ചിട്ടുണ്ട്.

അരങ്ങിൽ വേഷമിടുന്ന മകളുടെ അച്ഛൻ എന്ന നിലയിൽ ഈ പുസ്തകം അവൾക്കും ഇപ്പോൾ കഥകളി പഠിക്കുന്ന പെൺകുട്ടി കൾക്കും, വരും തലമുറയ്ക്കും കഥകളിയെ സ്നേഹിക്കുന്ന ഏവർ ക്കും വേണ്ടിയുള്ളതാണ്. ഇതിന്റെ രചനാവേളയിൽ വേണ്ട സഹ കരണം മുഴുവൻതന്നു കൂടെനിന്ന രഞ്ജിനിച്ചേച്ചിയോടുള്ള എന്റെ കടപ്പാട് ചെറുതല്ല. ഒപ്പം ഈ പുസ്തകം പ്രസിദ്ധീകരിക്കാൻ മുന്നോട്ടു വന്ന ഫെമിൻഗോ ബുക്സിനോടുമുള്ള എന്റെ കടപ്പാട് അറിയിക്കുന്നു. എല്ലാ ആചാര്യന്മാരേയും സാദരം പ്രണമിച്ചു കൊ ട്ടാരക്കര തമ്പുരാനെ സ്മരിച്ച് ഈ പുസ്തകം സഹൃദയർക്കായി സമർപ്പിക്കുന്നു.

ഏറെ ആദരവോടെ
ശ്രീജിത്ത് പരമേശ്വരൻ

പുല്ലുകുളങ്ങര
01/10/2023

അദ്യാപി ഭവൽകൃപാ വിദ്യോതമാനമാകും
പാദ്യാദി ഏൽപ്പതിന്നു ഭാഗ്യമുണ്ടാക മൂലം
ചൈദ്യാരേ! ജന്മഫലമിദ്വിജനെന്തു വേണ്ടൂ
ഹൃദ്യം താവക വൃത്തം മൊഴികിലുലയുമുരഗപതിയുമധുനാ

അവതാരിക

കലാമണ്ഡലം രാമചന്ദ്രനുണ്ണിത്താൻ

രാമനാട്ടമെന്ന കേരളീയകലാരൂപത്തെ കാലാനുസൃതമായി പരിഷ്ക്കരിച്ച് രൂപപ്പെടുത്തിയെടുത്ത കേരളത്തിന്റെ തനതു കലാരൂപമാണ് കഥകളി. വരേണ്യവർഗ്ഗത്തിന്റേത് എന്ന് മുദ്രകുത്തി കോവിലകങ്ങളിലും, നാലുകെട്ടുകളിലും മാത്രം ഒതുക്കി നിർത്തിയിരുന്ന ഈ കലാരൂപം ഇരുപതാം നൂറ്റാണ്ടിന്റെ ആദ്യം മഹാകവി വള്ളത്തോൾ നാരായണമേനോന്റെ ശ്രമഫലമായി ഒരു ജനകീയ കലയായി പരിവർത്തനം ചെയ്യപ്പെടുകയായിരുന്നു. നാട്യം, നൃത്തം, നൃത്യം എന്നിവയെ ആംഗികമെന്ന ഉപാധിയിലൂടെ രംഗത്ത് അവതരിപ്പിക്കുന്ന കലാരൂപമാണിത്. ആട്ടക്കഥകളിലെ സംഭാഷണങ്ങൾക്ക് സംഗീതം നൽകി ഒരു പ്രത്യേക ശൈലിയിൽ വാദ്യ ഉപകരണങ്ങളുടെ അകമ്പടിയോടെ പാടി രംഗത്ത് അവതരിപ്പിക്കുന്നു. നൃത്തം, നാട്യം, നൃത്യം, ഗീതം, വാദ്യം എന്നിവയുടെ ഒരു സമ്മേളനമാണ് കഥകളി. വേഷങ്ങളിൽ പച്ച, കത്തി, കരി, താടി, മിനുക്ക് എന്നിവയും മദ്ദളകേളി, വന്ദനശ്ലോകം, തോടയം, പുറപ്പാട്, മേളപ്പദം എന്നീ ചടങ്ങുകളും ചേർന്നതാണീ കലാരൂപം.

ഈ പുസ്തകത്തിനുള്ളിൽ പ്രതിപാദിക്കുന്ന കലാകാരികളെ സംബന്ധിച്ചിടത്തോളം എല്ലാവരും സ്വന്തം ജീവിതത്തിന്റെ നല്ല ഭാഗം കഥകളിയെന്ന കലാരൂപത്തിനു വേണ്ടി മാറ്റി വെച്ചവരാണ് എന്നതാണ്. ഇതിൽ വരച്ചുകാട്ടിയ ചവറ പാറുക്കുട്ടി എനിക്ക് ഗുരുസ്ഥാനീയയാണ്. പതിമൂന്നാം വയസ്സിൽ കരീപ്ര ശ്രീകൃഷ്ണവിലാസം കഥകളിയോഗം കളരിയിലെ പഠനം പൂർത്തിയാക്കിയായിരുന്നു എന്റെ അരങ്ങേറ്റം. ഗുരുദക്ഷിണയായിരുന്നു കഥ. കരീപ്ര വാസുപിള്ളയാശാന്റെ സാന്ദീപനി, ചവറ പാറുക്കുട്ടി ചേച്ചിയുടെ ഗുരുപത്നി, എന്റെ കൃഷ്ണൻ എന്നിങ്ങനെയായിരുന്നു ആ അരങ്ങ്. എന്റെ മുഖത്ത് മനയോല തേച്ച് എന്നെ ഒരു കൃഷ്ണനായി

അരങ്ങിലെത്തിച്ചത് ചേച്ചിയാണ്. ഒരമ്മയുടെ വാത്സല്യത്തോടെ എനിക്കുതന്ന പിന്തുണ ഒരിക്കലും മറക്കാനാകാത്ത ഒന്നാണ്. ശേഷം ഒരുപാട് വേദികളിൽ ചേച്ചിയുടെ മലയത്തിയും എന്റെ മണികണ്ഠനും ഉണ്ടായിട്ടുണ്ട്. നാളുകൾ കഴിഞ്ഞപ്പോൾ എന്റെ മലയനും ചേച്ചിയുടെ മലയത്തിയുമായി ഒരേയരങ്ങിൽ ഞങ്ങൾ വേഷമിട്ടു. 'എന്റെ കൂടെ മകനായി മണികണ്ഠൻ കെട്ടിയ ഇവൻ ഇപ്പോൾ ഭർത്താവായി മലയൻ കെട്ടുന്നു.' എന്നാണ് അന്നു ചേച്ചി പറഞ്ഞത്. പാറുക്കുട്ടി ഗുരുസ്ഥാനീയയാണെങ്കിൽ ഇതിനുള്ളിൽ എഴുതപ്പെട്ട കൊട്ടാരക്കര ഗംഗ എന്റെ ശിഷ്യ എന്ന സ്ഥാനമുള്ള കലാകാരിയാണ്. പ്രതികൂലമായ നിരവധി സാഹചര്യങ്ങളിലൂടെ കടന്ന് ചുവന്ന താടി വേഷങ്ങളെ തന്മയത്വത്തോടെ അവതരിപ്പിക്കുന്ന അതുല്യ കലാകാരിയാണവർ.

കഥകളിയിൽ ഇന്ന് നിരവധി കലാകാരികൾ വേഷങ്ങൾ പഠിച്ച് അരങ്ങിലവതരിപ്പിക്കാൻ തയാറായിക്കൊണ്ടിരിക്കുന്നു. ഏതൊരു അരങ്ങിലും ഒരു കലാകാരി വേഷത്തിനുണ്ടാകുന്ന കാലഘട്ടമാണിന്ന്. വേഷത്തിൽ മാത്രമല്ല സംഗീതം, വാദ്യം തുടങ്ങിയ അനുബന്ധമേഖലകളിലും സ്ത്രീകൾ ശോഭിക്കുന്ന കാലഘട്ടമാണിപ്പോൾ.

ഈ പുസ്തകം എഴുതിയ സാഹചര്യത്തെക്കുറിച്ച് വളരെ വ്യക്തമായി ഗ്രന്ഥകർത്താവ് പ്രതിപാദിച്ചിട്ടുണ്ട്. കലാകാരികളെക്കുറിച്ചുള്ള ചിന്തയിൽ മറ്റാരും കടന്നുചെന്നിട്ടില്ലാത്ത വഴികളിലൂടെ കടന്നാണ് ഈ പുസ്തകത്തിന്റെ രചന നടന്നിട്ടുള്ളത്. ഭാഷാശുദ്ധിയും, മലയാള സാഹിത്യത്തോടുള്ള അദമ്യമായ കടപ്പാടും ഈ പുസ്തകരചനയിലുടനീളം കാണാവുന്നതാണ്. ഈ രചന, കഥകളി രംഗത്തെ തുടക്കക്കാരികളായ കലാകാരികൾക്കും, ഭാവിയിൽ ഈ രംഗത്തേക്കു കടന്നുവരുന്നവർക്കും പ്രചോദനമേകുന്ന ഒന്നാണ്. കേന്ദ്ര, സംസ്ഥാന സർക്കാറുകളും, കേരള കലാമണ്ഡലവും, കഥകളിലോകവും, ആസ്വാദകരും ഈ രചനയെ കഥകളി ലോകത്തെ അടയാളപ്പെടുത്തുന്ന ഒന്നായിക്കണ്ടു സ്വീകരിക്കണം. ഭാവിയിൽ ഈ പുസ്തകം കഥകളി രംഗത്തു കടന്നുവരുന്ന ഏതൊരാൾക്കും വഴികാട്ടിയായി മാറട്ടെ എന്നാശംസിക്കുന്നു.

മുൻകുറിപ്പ്

കഥകളിരംഗത്തെ സ്ത്രീ സാന്നിദ്ധ്യത്തെക്കുറിച്ച് ഉള്ളടക്കം ചെയ്യപ്പെട്ടിട്ടുള്ള 'തിരനോട്ടം' എന്ന ഈ കൃതി ഒരു കഥകളി അദ്ധ്യാപകൻ എന്ന നിലയിൽ ഏറെ പ്രതീക്ഷയോടെയാണ് ഞാൻ നോക്കിക്കാണുന്നത്. പഴയ സ്മരണകളിൽ നിന്നും പാഠം ഉൾക്കൊണ്ട് കാലം മുന്നോട്ട് പ്രയാണം ചെയ്യുമ്പോൾ, കാലത്തിനനുസരിച്ച് മനുഷ്യന്റെ മനോഗതത്തിലും, സാമൂഹ്യ വ്യവസ്ഥിതിയിലുമുണ്ടായ മാറ്റം കഥകളിരംഗത്തെ സമൂലമായ പരിവർത്തനത്തിനും വേദിയാവുകയാണ്. ആധുനിക കാലത്ത് പുരുഷന്മാരോടൊപ്പം തന്നെ സ്ത്രീകളും സാമൂഹ്യ പരിവർത്തനത്തിന് ആവശ്യമായ പ്രവർത്തനങ്ങളിൽ ഏർപ്പെട്ടുകൊണ്ടിരിക്കുന്നു. ഭാരതത്തിന്റെ പ്രഥമപൗരകളായി തെരഞ്ഞെടുക്കപ്പെട്ടവരും, ഭരണചക്രം തിരിക്കാനായി തെരഞ്ഞെടുക്കപ്പെട്ടവരും, വിവിധ കലാ-കായിക-സാമൂഹികസേവന മേഖലകളിൽ വ്യക്തിമുദ്ര പതിപ്പിച്ചവരുമായ ഒട്ടനവധി വനിതാരത്നങ്ങൾ ഇന്ന് നമ്മുടെ മുൻപിൽ മാർഗ്ഗദീപങ്ങളായി നിലകൊള്ളുന്നു. സ്ത്രീ ശാക്തീകരണ പ്രവർത്തനങ്ങൾ അനവരതം മുന്നേറുന്ന ഈ കാലഘട്ടത്തിൽ കഥകളിരംഗത്ത് നിറസാന്നിദ്ധ്യങ്ങളായ ഏതാനം വനിതാരത്നങ്ങളുടെ വിവരണമടങ്ങിയ ഈ ഗ്രന്ഥം വളർന്നു വരുന്ന കലാകാരികൾക്ക് എന്തുകൊണ്ടും പ്രചോദനമേകുന്ന ഒന്നാണ്.

'തിരനോട്ട'ത്തിൽ പ്രതിപാദിച്ചിരിക്കുന്ന കലാകാരികളിൽ പ്രമുഖ സ്ഥാനം യശഃശ്ശരീരയായ ചവറ പാറുക്കുട്ടിയുടേതാണ്. കഥകളി രംഗത്തെ പ്രമുഖരായ നിരവധി കലാകാരന്മാരോടൊത്ത് വേഷം കെട്ടിയ ചവറ പാറുക്കുട്ടിയോടൊപ്പം വേഷം ചെയ്യാനുള്ള അവസരം എനിക്കും കൈവന്നിട്ടുണ്ട്. അത് എന്റെ ജീവിതത്തിലെ ഒരു ഭാഗ്യമായി തന്നെയാണ് ഞാൻ കരുതുന്നത്. പാറുക്കുട്ടി അമ്മയോടൊത്ത് വേഷം ചെയ്യുമ്പോൾ നാം വെറും കഥാപാത്രങ്ങളാ

യി ആടുകയല്ല മറിച്ച് കഥാപാത്രങ്ങളായി ജീവിക്കുകയാണ് ചെയ്യുന്നത്. കൊട്ടാരക്കര ഭദ്ര, കൊട്ടാരക്കര ഗംഗ, ശ്രീമതി അന്തർജ്ജനം, ശശികല നെടുങ്ങാടി, മായ നെല്ലിയോട്, അഡ്വക്കേറ്റ് രഞ്ജിനി സുരേഷ്, ഡോക്ടർ ഹരിപ്രിയ നമ്പൂതിരി എന്നീ കലാകാരികൾക്കൊപ്പം അവിസ്മരണീയങ്ങളായ വേഷങ്ങൾ അരങ്ങിൽ അവതരിപ്പിക്കാൻ സാധിച്ചിട്ടുണ്ട് എന്നുള്ളതും ഒരു ഭാഗ്യമായി തന്നെയാണ് ഞാൻ കരുതുന്നത്.

അനുഗ്രഹീതരായ കലാകാരികളെ പോലെ തന്നെ ഒരു കഥകളി അധ്യാപകൻ എന്നുള്ള നിലയിൽ ഇതുവരെയുള്ള ജീവിതത്തിൽ എണ്ണൂറിലധികം കലാകാരികളെ ചൊല്ലിയാടിച്ച് അരങ്ങിലെത്തിക്കാൻ എനിക്കു സാധിച്ചിട്ടുണ്ട്. കുമാരി രശ്മി ബി. കൈലാസിൽ തുടങ്ങിയ ആ വിദ്യാദാനം ഇന്നും തുടരുന്നു എന്നുള്ളതും ഏറെ അഭിമാനം നൽകുന്ന കാര്യമാണ്.

കളരിയിൽ പഠനത്തിനായി ആൺകുട്ടികളോടൊപ്പം തന്നെ പെൺകുട്ടികളും എത്താറുണ്ട്. ആൺകുട്ടികളെ അപേക്ഷിച്ച് പെൺകുട്ടികൾ ഏറെ ക്ഷമയോടെ കളരിയിൽ എത്തുകയും കൃത്യമായി കളരിയിലെ അഭ്യാസങ്ങളിൽ പങ്കെടുക്കുകയും ചെയ്യുന്നു. അതിനാൽ കല്യാണസൗഗന്ധികത്തിലെ ഭീമനും, ബാലിവിജയത്തിലെ രാവണനും, ഉത്തരാസ്വയംവരത്തിലെ ദുര്യോധനനും, ഉത്തരനും, കിർമ്മീരവധത്തിലെ ലളിതയും, പാഞ്ചാലിയും, നളചരിതം നാലാംദിവസത്തിലെ ബാഹുകൻ, പൂതനാമോക്ഷത്തിലെ ലളിത, ദക്ഷയാഗത്തിലെ ശിവൻ, നന്ദികേശൻ, സതി, രുഗ്മിണീ സ്വയംവരം, കുചേലവൃത്തം കഥകളിലെ കൃഷ്ണൻ രുഗ്മിണീ, ദുര്യോധന വധത്തിലെ കൃഷ്ണൻ, പാഞ്ചാലി, ഗീതോപദേശത്തിലെ കൃഷ്ണാർജ്ജുനന്മാർ തുടങ്ങി നിരവധി വേഷങ്ങൾ എന്റെ ശിഷ്യരായ പെൺകുട്ടികൾ അരങ്ങിൽ ഭംഗിയായി അവതരിപ്പിച്ചിട്ടുണ്ട്.

കഥകളി അരങ്ങുകളിൽ സ്ത്രീ കലാകാരികൾ ഇന്ന് സാർവത്രികമായിരിക്കുകയാണ്. ഏതു കളിയിലും വേഷക്കാരുടെ ലിസ്റ്റിൽ ഒരു സ്ത്രീയെങ്കിലും കടന്നുവരുന്ന കാലഘട്ടമാണ് ഇന്ന്. വളരെയധികം ആയാസം അനുഭവിക്കുന്ന ഈ കലയെ അവതരിപ്പിക്കുന്നതിന് ഒരു കലാകാരിക്ക് വേണ്ടുന്ന തരത്തിലുള്ള സൗകര്യങ്ങൾ അണിയറയിൽ ഉണ്ടാകേണ്ടത് ആവശ്യമാണ്. പ്രാഥമിക ആവശ്യങ്ങൾ നിറവേറ്റാനുള്ള സൗകര്യങ്ങൾ, വിശ്രമിക്കാനുള്ള സൗകര്യം, ഉടുത്ത് കെട്ട് എന്നിവയിൽ സംഘാടകരുടെ ശ്രദ്ധ വളരെയധികം ആവശ്യമാണ്. ചിലപ്പോഴെങ്കിലും ഇത് വിസ്മരിക്കപ്പെടുന്ന സന്ദർ

ഭങ്ങളും ഉണ്ടാകാറുണ്ട്. സംഘാടകർ കലാകാരികൾക്ക് വേണ്ടുന്ന സൗകര്യങ്ങൾ ഒരുക്കുന്നതോടൊപ്പം സഹപ്രവർത്തകരായ എല്ലാ വിധത്തിലുള്ള കലാകാരന്മാരും അവരുടെ കൂടെ പങ്കെടുക്കുന്ന കലാകാരികളുടെ സൗകര്യങ്ങളിൽ ശ്രദ്ധ പതിപ്പിക്കണം എന്നുള്ള താണ് എന്റെ അഭിപ്രായം.

ഗ്രന്ഥകർത്താവും എന്റെ ശിഷ്യ, കുമാരി അദ്രികയുടെ പിതാവുമായ ശ്രീജിത്ത് പരമേശ്വരൻ മകളുടെ കലാപഠനത്തിനും പ്രകടനത്തിനും പോകുന്ന വഴികളിൽ പങ്കുവെച്ചിട്ടുള്ള ആശങ്കകളാണ് അദ്ദേഹത്തെ ഈ പുസ്തകത്തിലേക്ക് നയിച്ചിട്ടുള്ളത്. പെൺകുട്ടികൾ എക്കാലത്തും സാമൂഹ്യപരമായും കലാപരമായും ഉയരേണ്ട ആവശ്യകതയെ മുൻനിർത്തി കഥകളി എന്ന കലാരൂപത്തെ ജീവിതത്തിൽ വ്രതമായി സ്വീകരിച്ച് ജീവിതവിജയം നേടിയ കലാകാരികളുടെ അനുഭവക്കുറിപ്പാണ് ഈ ഗ്രന്ഥം.

കഥകളി മേഖലയിൽ നിലവിൽ പഠിക്കുന്നതും, ഇനി ഈ രംഗത്തേക്ക് കടന്നുവരേണ്ടതുമായ നിരവധി കലാകാരികൾക്ക് മുൻപിൽ മാർഗ്ഗദീപമായാണ് ഈ കൃതിയെ ഞാൻ കാണുന്നത്. ഈ മഹത്സംരംഭത്തിന് എല്ലാവിധ ആശംസകളും നേരുന്നു.

സ്നേഹപൂർവ്വം
കലാമണ്ഡലം കൃഷ്ണപ്രസാദ്

*"മേദുര ഭക്തിയുള്ള മാദൃശാം സുഖമെന്യേ
വാദമില്ലഹോ ദുഃഖം ബാധിക്കയില്ല നൂനം
യാദവാധിപാ! നിന്നെ ഹൃദിചിന്താ നിദാനേന
മോദം മേ വളരുന്നു കരുണ വരണമരുണസഹജകേതന!"*

വിഷയസൂചിക

ആമുഖം: ശ്രീജിത്ത് പരമേശ്വരൻ
അവതാരിക: കലാമണ്ഡലം രാമചന്ദ്രൻ ഉണ്ണിത്താൻ
മുൻകുറിപ്പ്: കലാമണ്ഡലം കൃഷ്ണപ്രസാദ്

1. ചവറ പാറുക്കുട്ടി
2. ചേലനാട് സുഭദ്ര
3. ശ്രീമതി അന്തർജ്ജനം
4. കൊട്ടാരക്കര ഭദ്ര
5. കൊട്ടാരക്കര ഗംഗ
6. ഗീതാ വർമ്മ
7. താരാ വർമ്മ
8. ശശികല നെടുങ്ങാടി
9. പാർവതി മേനോൻ
10. മായ നെല്ലിയോട്
11. അഡ്വ. രഞ്ജിനി സുരേഷ്
12. ഡോ. ഹരിപ്രിയ നമ്പൂതിരി
13. ഡോ. ജയന്തി ദേവ് രാജ്
14. പ്രിയാ നമ്പൂതിരി
15. റോഷ്ണി പിള്ള

1
കഥകളിരംഗത്തെ ചരിത്രവനിത
ചവറ പാറുക്കുട്ടി

രാജകലയെന്നും, സവർണകലയെന്നും വിശേഷിപ്പിക്കപ്പെടുന്ന പുരുഷന്മാരുടെ കുത്തകയായ കഥകളിരംഗത്ത് ആദ്യമായൊരു പെൺസാന്നിദ്ധ്യം കടന്നുവന്നു. തികച്ചും വിപ്ലവാത്മകമായിരുന്നു അത്. അവർ ചരിത്രത്തിന്റെ ഗതിമാറ്റി. അവരിലൂടെ ആ കല സ്ത്രീകൾക്കും പ്രാപ്യമായി. കൊല്ലം ജില്ലയിലെ ചവറയിൽ ശങ്കരനാചാരിയുടെയും നാണിയമ്മയുടെയും മൂന്നുമക്കളിൽ ഇളയവളായി 1943 ഫെബ്രുവരിയിലാണ് പാറുക്കുട്ടിയമ്മയെന്ന ചവറ പാറുക്കുട്ടിയുടെ ജനനം. കലാപരമായി വലിയ പാരമ്പര്യമൊന്നും അവകാശപ്പെടാനില്ലാത്ത കുടുംബത്തിലെ സന്തതിയായിരുന്നു പാറുക്കുട്ടി. അക്കാലത്തു നാട്ടിൽ സർവ്വസാധാരണമായ ദാരിദ്ര്യവും, ബുദ്ധിമുട്ടുകളും അനുഭവിക്കേണ്ടി വന്ന ബാല്യമായിരുന്നു അവരുടേത്. അച്ഛന്റെ സ്വർണ്ണപ്പണിയിൽ നിന്നും കിട്ടിയിരുന്ന വരുമാനം കൊണ്ടുമാത്രം നിത്യവൃത്തി കഴിഞ്ഞുവന്നിരുന്ന കാലത്തിലൂടെ കടന്നുപോകുമ്പോഴും, പാരമ്പര്യത്തിന്റെ മാറാലക്കെട്ടുകൾ ഏതുമേൽക്കാതെ പാറുക്കുട്ടിയുടെ മനസ്സ് നൃത്തത്തെ സ്നേഹിച്ചു.

കാമൻകുളങ്ങര എൽ.പി.എസ്സിലായിരുന്നു പാറുക്കുട്ടിയുടെ പ്രാഥമിക വിദ്യാഭ്യാസം. അദ്ധ്യാപകരുടെ പൊന്നോമനയായി വളർന്ന അക്കാലത്താണ് നൃത്തത്തോടുള്ള ആ പെൺകുട്ടിയുടെ സവിശേഷ ഇഷ്ടം അദ്ധ്യാപകർ തിരിച്ചറിഞ്ഞത്. ഏതൊരു ഈണത്തിനൊപ്പവും ചുവടുവയ്ക്കുമായിരുന്ന പാറുക്കുട്ടിയ്ക്ക് അദ്ധ്യാപകരുടെ പ്രോത്സാഹനം ഏറെ സഹായകമായിരുന്നു. പാറുക്കുട്ടിയിലെ കഴിവുകളെ കണ്ടെത്തിയ അവർ നൃത്തം പഠിക്കുന്നതിന് അവളെ പ്രേരിപ്പിച്ചു. ചവറ ഹൈസ്കൂളിലെ പഠന സമയത്തും

നൃത്തത്തിൽ ശ്രദ്ധേയമായ പ്രകടനം പാറുക്കുട്ടി കാഴ്ചവെച്ചിരുന്നു. പത്താംതരം പഠനം പൂർത്തിയാക്കിയ ശേഷം ഈ കലാകാരി കോളേജ് വിദ്യാഭ്യാസത്തിനായി കൊല്ലം ഫാത്തിമാ മാതാ നാഷണൽ കോളേജിലാണ് ചേർന്നത്. അക്കാലത്ത് മാതാപിതാക്കൾ പെൺകുട്ടികൾ നൃത്തം പഠിക്കുന്നതു പോകട്ടെ കോളേജ് പഠനം പോലും നിഷേധിച്ചിരുന്ന കാലമായിരുന്നുവെന്നോർക്കണം. എന്നാൽ പാറുക്കുട്ടിയുടെ മാതാപിതാക്കൾ അവരെ നൃത്തപഠനത്തിനയച്ചു, കോളേജിലും പഠിപ്പിച്ചു.

മുതുപിലക്കാട് ഗോപാലപ്പണിക്കരാശ്ശാനായിരുന്നു നൃത്തത്തിൽ പാറുക്കുട്ടിയുടെ ഗുരു. ആശാന്റെ ശിക്ഷണത്തിൽ ചിട്ടയായ നൃത്തപഠനം നടന്നുവന്നു. കലാപഠനത്തിനിടയിലും കലാപരിപാടികൾ കാണാനുള്ള അവസരം പാറുക്കുട്ടി പാഴാക്കിയില്ല. കൊല്ലത്തെ പ്രസിദ്ധങ്ങളായ ക്ഷേത്രങ്ങളിൽ നടന്നിരുന്ന കഥകളി കാണാനുള്ള അവസരങ്ങളും ഈ കലാകാരിക്ക് ലഭിച്ചിട്ടുണ്ട്. കഥകളിയിലെ വേഷപ്പകർച്ചയും, മേളവും, സംഗീതവും, ചിട്ടയോടെയുള്ള ചുവടുകളും, മുദ്രകളും ഈ കലാകാരിയെ കഥകളി രംഗത്തേക്ക് എത്തിച്ചു.

ചവറ കൊറ്റംകുളങ്ങര ദേവീക്ഷേത്രത്തിലെ ഉത്സവത്തിൽ പൂതനാമോക്ഷം നൃത്തത്തിൽ ലളിതയായിട്ടായിരുന്നു നൃത്ത അരങ്ങേറ്റം. ഇതിലെ കഥാപാത്രത്തെ അവിസ്മരണീയമാക്കിയ ഈ കലാകാരിയുടെ വേഷപ്പകർച്ചയും അഭിനയ പാടവവും അസാധ്യമായിരുന്നു. സ്ത്രീസൗന്ദര്യത്തിന്റെ സൗകുമാരികതയും, അംഗലാവണ്യവും ഒത്തുചേർന്നപ്പോൾ അന്നുവരെ ദർശിച്ചതിൽ നിന്നും തികച്ചും വിഭിന്നമായ ഒരു ലളിതയെയാണ് കലാലോകം കണ്ടത്.

നൃത്ത പഠനത്തിനിടയിലും കഥകളി പഠിക്കണമെന്ന മോഹം പാറുക്കുട്ടിക്ക് ഉണ്ടായിരുന്നു. പോരുവഴി ഗോപാലപിള്ളയാശാന്റെ കളരിയിൽ കഥകളിപഠനത്തിനായി ചേർന്നു. അങ്ങനെയൊടുവിൽ കല്യാണസൗഗന്ധികത്തിലെ ഭീമനായി അരങ്ങേറ്റം കുറിച്ചു. പുരുഷവേഷസൗന്ദര്യത്തെ അപേക്ഷിച്ച് സ്ത്രീവേഷമായിരുന്നു ആ കലാകാരിക്ക് യോജിക്കുമായിരുന്നത്. തുടർന്ന് അനേകം വേഷങ്ങൾ ആശാനിൽ നിന്നും പഠിച്ച് ചൊല്ലിയാടി.

കഥകളിരംഗത്തെ നിറസാന്നിദ്ധ്യമായിരുന്ന, സ്ത്രീവേഷത്തിന്റെ മുടിചൂടാമന്നനായിരുന്നു മാങ്കുളം വിഷ്ണു നമ്പൂതിരി. കേരളത്തിലും പുറത്തുമുള്ള കളിയരങ്ങുകളിലെ നിത്യസാന്നിദ്ധ്യം. അരനൂ

റ്റാണ്ട് കാലം കഥകളിരംഗത്ത് വിരാജിച്ചിരുന്ന അദ്ദേഹത്തിന്റെ ഇല്ലത്ത് സ്വന്തമായി ഒരു കഥകളി സംഘമുണ്ടായിരുന്നു. സുപ്രസിദ്ധ ചെണ്ടവാദ്യകലാകാരൻ ഡോ. മാങ്കുളം കൃഷ്ണൻ നമ്പൂതിരി അദ്ദേഹത്തിന്റെ മകനാണ്. ഒരിക്കൽ വിഷ്ണുനമ്പൂതിരി കൊല്ലത്ത് ക്ഷേത്രത്തിൽ കഥകളിക്കു ചെന്നപ്പോൾ പാറുക്കുട്ടിയുടെ സ്ത്രീവേഷം കാണാനിടയായി. വേഷസൗന്ദര്യവും, ആട്ടത്തിന്റെ ഭംഗിയും, മുദ്രകളുടെ പൂർണ്ണതയും, പദങ്ങളുടെ ഉറപ്പും, അഭിനയ ചാതുര്യവും മാങ്കുളത്തെ വല്ലാതെ സ്വാധീനിച്ചു. ഇത്രയും ലക്ഷണമൊത്ത ഒരു കലാകാരിയെ കഥകളിലോകത്ത് ആദ്യമായി ദർശിച്ച അദ്ദേഹം അവരെ തന്റെ സമസ്തകേരള കഥകളി വിദ്യാലയത്തിലേക്ക് ക്ഷണിച്ചു. ഈ ക്ഷണം ഒരു ഭാഗ്യമായി കണ്ട പാറുക്കുട്ടി, അവിടെ ചേർന്ന് പഠനമാരംഭിച്ചു.

കഥകളി വിദ്യാലയങ്ങളുടെ ചരിത്രത്തിൽ രേഖപ്പെടുത്തിയ ആദ്യ വളകിലുക്കം പാറുക്കുട്ടിയെന്ന കലാകാരിയുടേതാണ്. പഠിച്ച വേഷങ്ങൾ ശാസ്ത്രീയമായി ചിട്ടപ്പെടുത്താനും, പുതിയ വേഷങ്ങൾ പഠിച്ച് ചൊല്ലിയാടാനുമുള്ള അവസരം അവിടെ പാറുക്കുട്ടിക്ക് ലഭിച്ചു. കഥകളി രംഗത്തെ വിഖ്യാതനായ മാങ്കുളം വിഷ്ണുനമ്പൂതിരിയുടെ ശിഷ്യത്വം പാറുക്കുട്ടിയുടെ കഥകളി പഠനത്തിന് ഏറെ തെളിമ നൽകി. പിൽക്കാലത്ത് ചവറ പാറുക്കുട്ടിയായി മാറുന്നതിൽ ആ പഠനം അടിത്തറ പാകി. അവർ അരങ്ങിലവതരിപ്പിച്ച ഓരോ വേഷങ്ങളുടേയും പിന്നിൽ ഈ അസാധാരണ പരിശീലനം തുണയായി.

കേരളത്തിലും, പുറത്തുമുള്ള അനവധി അരങ്ങുകളിൽ പ്രത്യേകിച്ച് ഡൽഹി, മുംബൈ, ചെന്നൈ എന്നിവിടങ്ങളിൽ മാങ്കുളം വിഷ്ണു നമ്പൂതിരിയോടൊത്ത് നിരവധി വേഷങ്ങൾ ചെയ്യാൻ ഈ കലാകാരിക്ക് അവസരം ലഭിച്ചിട്ടുണ്ട്. കനകക്കുന്ന് കൊട്ടാരത്തിലെ കഥകളി ഉത്സവത്തിലെ സ്ഥിരം സാന്നിദ്ധ്യമായിരുന്നു പാറുക്കുട്ടി. കഥകളിരംഗത്തെ അതികായന്മാരായ ഗുരു ചെങ്ങന്നൂർ രാമൻപിള്ള, വാഴേങ്കട കുഞ്ചുനായരാശാൻ, മങ്കൊമ്പ് ശിവശങ്കര പിള്ളയാശാൻ, ഹരിപ്പാട് രാമകൃഷ്ണപിള്ളയാശാൻ, ചെന്നിത്തല ചെല്ലപ്പൻ പിള്ളയാശാൻ, മടവൂർ വാസുദേവൻ നായരാശാൻ, കലാമണ്ഡലം കൃഷ്ണൻ നായരാശാൻ, കലാമണ്ഡലം രാമൻകുട്ടി നായരാശാൻ, കോട്ടയ്ക്കൽ ചന്ദ്രശേഖരനാശാൻ, കലാമണ്ഡലം വാസുപിഷാരടിയാശാൻ, ഓയുരാശാൻ, കോട്ടയ്ക്കൽ ശിവരാമനാശാൻ, നെല്ലിയോട് വാസുദേവൻ നമ്പൂതിരിയാശാൻ, കലാമ

ണ്ഡലം ഗോപിയാശാൻ, കലാമണ്ഡലം രാമചന്ദ്രനുണ്ണിത്താനാശാൻ, ഇഞ്ചക്കാട് രാമചന്ദ്രൻ പിള്ളയാശാൻ തുടങ്ങിയവരോടൊത്ത് വേഷം ചെയ്യാനുള്ള അവസരം ഈ കലാകാരിക്ക് ലഭിച്ചിട്ടുണ്ട്.

സ്ത്രീവേഷങ്ങൾ അനായാസം കെട്ടിയാടിയിരുന്ന ഈ കലാകാരി പുരുഷവേഷങ്ങളിലും നിപുണയായിരുന്നു. കഥകളിയിലെ ചുവന്നതാടി ഒഴികെയുള്ള പുരുഷവേഷങ്ങൾ ഈ കലാകാരിയുടെ കൈകളിൽ ഭദ്രമായിരുന്നു. കുട്ടിത്തരം, ഇടത്തരം പുരുഷവേഷങ്ങളിൽത്തുടങ്ങി, ആദ്യാവസാന പുരുഷവേഷങ്ങൾ വരെ ഈ കലാകാരി അവതരിപ്പിച്ചിട്ടുണ്ട്. എന്നാൽ പ്രശസ്തിയുടെ കൊടുമുടിയിൽ ഈ കലാകാരിയെ എത്തിച്ചത് ദേവയാനി, ദമയന്തി, ഉർവ്വശി, പൂതന ലളിത, കിർമ്മീരവധം ലളിത, സതി, മലയത്തി, കുന്തി, രുഗ്മിണി, കേശിനി എന്നീ സ്ത്രീവേഷങ്ങളും, കൃഷ്ണൻ, പ്രഹ്ളാദൻ, നളൻ എന്നീ പുരുഷവേഷങ്ങളുമാണ്. ചവറ പാറുക്കുട്ടിയുടെ കഥകളി ജീവിതത്തിൽ ഏറ്റവും കൂടുതൽ അണിഞ്ഞതും ഏറ്റവും പ്രിയപ്പെട്ടതുമായ വേഷം ദേവയാനിയുടേതാണ്. ഏത് വേഷമാണെങ്കിലും അത് ഔചിത്യബോധത്തോടെ അവതരിപ്പിക്കുക എന്നത് ഈ കലാകാരിക്കു സാധ്യമായിരുന്നു. ഒരു കഥാപാത്രത്തെ പ്രേക്ഷകമനസ്സിലേക്ക് എത്തിക്കുന്നതിൽ ഈ കലാകാരിയുടെ കഴിവ് വളരെ വലുതായിരുന്നുവെന്നു വേണം പറയാൻ.

ചവറ പാറുക്കുട്ടിയുടെ കലാമികവിനെ മുൻനിർത്തി കഥകളി ലോകം നിരവധി പുരസ്കാരങ്ങൾ നൽകി അവരെ ആദരിച്ചിട്ടുണ്ട്. പന്നിശ്ശേരി നാണുപിള്ള സ്മാരക അവാർഡ്, എം.കെ.കെ. നായർ സ്മാരക അവാർഡ്, ഹൈദരാലി സ്മാരക അവാർഡ്, 2003 ലെ കേരള കലാമണ്ഡലം അവാർഡ്, കേരള സംഗീത നാടക അക്കാദമിയുടെ ഗുരുപൂജാ പുരസ്കാരം, കൊട്ടാരക്കര തമ്പുരാൻ അവാർഡ്, ആലപ്പുഴ കഥകളി ക്ലബ്ബ് ഏർപ്പെടുത്തിയ കുറിച്ചി കുഞ്ഞൻ പണിക്കർ അവാർഡ്, ഗുരു ചെങ്ങന്നൂർ അവാർഡ്, മാതൃഭൂമി ഗൃഹലക്ഷ്മി വേദി അവാർഡ് എന്നിവ ഈ കലാകാരിക്ക് ലഭിച്ച ഏതാനും ബഹുമതികളാണ്. ഒരു കലോപാസകയെന്ന നിലയിൽ ലഭിച്ച അവാർഡുകളേക്കാൾ വലുതായി ചവറ പാറുക്കുട്ടി വിലമതിച്ചിരുന്നത് തന്റെ മുന്നിലിരിക്കുന്ന പ്രേക്ഷകരുടെ മുഖത്തെ സന്തോഷവും സംതൃപ്തിയുമാണ്.

പുരുഷാധിപത്യത്തിന്റെ കലയെന്ന് അറിയപ്പെട്ടിരുന്ന കഥകളി രംഗത്തേക്ക് അനേകം സ്ത്രീകളെ ആകർഷിക്കാൻ അവർക്കു സാധിച്ചു. പാറുക്കുട്ടിക്കു മുൻപ് പല വനിതകളും കഥകളി പഠിച്ചി

2

വെള്ളിനേഴിയിൽ നിന്നൊരു പെൺചുവട്

ചേലനാട് സുഭദ്ര

കഥകളി എന്ന കലാരൂപത്തിന് നിരവധി സംഭാവനകൾ നൽകിയ സ്ഥലമാണ് വെള്ളിനേഴി. വെള്ളിനേഴിയിലെ ഓരോ വീടിനും ഓരോ വ്യക്തിക്കും കഥകളിയുമായി അഭേദ്യബന്ധമാണുള്ളത്. വെള്ളിനേഴിയിലെ പ്രസിദ്ധമായ തറവാടാണ് ചേലനാട്. ചേലനാട് കുഞ്ഞിലക്ഷ്മിയമ്മയുടെയും, മാതൃഭൂമി പത്രത്തിന്റെ എഡിറ്ററായിരുന്ന വി. ആർ. മേനോന്റെയും മകളായി 1940-ൽ ആണ് സുഭദ്ര ജനിച്ചത്. അച്ഛന്റെ ജോലി സംബന്ധിച്ച് കോഴിക്കോട്ടായിരുന്നു സുഭദ്രയുടെ ബാല്യകാലം. അതിനാൽ വിദ്യാഭ്യാസത്തിന്റെ തുടക്കം കോഴിക്കോട്ടായിരുന്നു. എന്നാൽ കലയെന്ന മാസ്മരിക പ്രപഞ്ചത്തിന്റെ സ്വാധീനം മനസ്സിലുള്ളതു കൊണ്ട് പിന്നീടു വെള്ളിനേഴിക്ക് വരികയും വെള്ളിനേഴി സ്കൂളിൽ നിന്ന് പത്താം ക്ലാസ്സ് പഠനം പൂർത്തിയാക്കുകയും ചെയ്തു. അവരുടെ തുടർവിദ്യാഭ്യാസം മലബാർ ക്രിസ്ത്യൻ കോളേജിൽ ആയിരുന്നു. പഠനത്തിൽ അസാധാരണ പ്രകടനം കാഴ്ചവെച്ച സുഭദ്ര കലാരംഗത്തും തന്റെ കഴിവുകൾ തെളിയിച്ചു.

കോഴിക്കോട്ടെ ജീവിതത്തിനിടയിൽ പല സന്ദർഭങ്ങളിലും കുട്ടിയായ സുഭദ്രയുടെ ആഗ്രഹമനുസരിച്ച് വീട്ടുകാർ കോഴിക്കോടും പരിസരപ്രദേശങ്ങളിലെയും ക്ഷേത്രങ്ങളിൽ കഥകളി കാണാൻ കൊണ്ടുപോകുന്നതു പതിവാക്കിയിരുന്നു. കഥകളിയിലെ വേഷവും കഥാപാത്രവും, താളവും, സംഗീതവും, എല്ലാം ആ കലാകാരിയെ അത്യധികം ആകർഷിച്ചു. അങ്ങനെയിരിക്കെ അരങ്ങിൽ കിർമ്മീരവധം കഥകളി തകർത്താടുകയാണ്. അതിൽ ലയിച്ച് കളി കണ്ടിരുന്ന സുഭദ്രയുടെ മനസ്സിൽ ലളിതയെന്ന കഥാപാത്രം ഉളവാക്കിയ ചലനമാണ് ഈ കലാകാരിയുടെ ഉദയത്തിന് കാരണമാ

യത്. അന്ന് നിറഞ്ഞാടിയ കലാമണ്ഡലം സത്യഭാമയെ അണിയറയിൽ പോയിക്കണ്ട് ആ വേഷപ്പകർച്ച സുഭദ്ര തന്നിലേക്ക് ആവാഹിച്ചു എന്നു പറയുന്നതാകും ശരി. മടങ്ങി വീട്ടിലെത്തിയ സുഭദ്ര, കഥകളി പഠിക്കണമെന്ന ആവശ്യം പറഞ്ഞു. കഥകളിയിൽ അക്കാലത്തുണ്ടായിരുന്ന ഏറ്റവും വലിയ പ്രതിസന്ധി അതു പുരുഷന്മാരുടെ മാത്രം ഇടമായിരുന്നു എന്നതാണ്. അക്കാര്യം പറഞ്ഞ് എല്ലാവരും സുഭദ്രയുടെ താത്പര്യത്തെ നിരുത്സാഹപ്പെടുത്തി. എന്നാൽ ആ കലാകാരിയുടെ ആഗ്രഹത്തെ ഇല്ലാതാക്കാൻ ഒരു തടസ്സവാദങ്ങൾക്കൊന്നും സാധിച്ചില്ല. അച്ഛന്റെ സമ്മതത്തോടെ സുഭദ്ര അക്കാലത്തെ പ്രസിദ്ധ ഗുരുവായിരുന്ന കിഴക്കേപ്പാട്ട് ഗോവിന്ദൻ മേനോന്റെ കളരിയിൽ കഥകളി പഠനം തുടങ്ങി. കളരിയിൽ ഒരു സ്ത്രീ എന്ന നിലയിൽ ആൺകുട്ടികൾക്ക് കൊടുത്തിരുന്ന മെയ്യഭ്യാസം ഒഴിച്ചാൽ സുഭദ്രയുടെ കഥകളി പഠനം ചിട്ടയോടെയാണ് നടന്നത്. അങ്ങനെ ഒളപ്പമണ്ണ മനയിൽ നടന്ന നരകാസുരവധം കഥകളിയിൽ ലളിതയായി, സുഭദ്ര അരങ്ങേറ്റം കുറിച്ചു.

കഥകളി ലോകത്ത് ഒരു സ്ത്രീ ലളിതയുടെ വേഷത്തിൽ തന്റെ കയ്യൊപ്പ് ചാർത്തിയ മുഹൂർത്തമായിരുന്നു അത്. പുരുഷന്മാർ കെട്ടിയാടുന്ന സ്ത്രീവേഷസൗന്ദര്യത്തിൽ നിന്നും തികച്ചും വിഭിന്നമായിരുന്നു സുഭദ്രയുടെ ലളിത. വേഷത്തിന്റെ പൂർണ്ണത കൊണ്ടും മുദ്രയുടെ ഭംഗി കൊണ്ടും എല്ലാവരെയും ആകർഷിക്കാൻ ഈ കലാകാരിക്ക് കഴിഞ്ഞു.

സുഭദ്രയെന്ന കലാകാരിയുടെ കഴിവുകളെ കണ്ടറിഞ്ഞ കേരള കലാമണ്ഡലത്തിന്റെ സ്ഥാപകൻ മഹാകവി വള്ളത്തോൾ നാരായണമേനോൻ കൂടുതൽ വേഷമികവിനായി കലാമണ്ഡലത്തിലേക്ക് ക്ഷണിച്ച് വേണ്ട സൗകര്യങ്ങൾ ചെയ്തുകൊടുത്തു. അങ്ങനെ ഒരു വർഷക്കാലത്തോളം കലാമണ്ഡലത്തിലെ വിദ്യാർത്ഥിനി ആകാതെ തന്നെ പുറത്തുനിന്നുള്ള ഒരാൾക്ക് ആദ്യമായി കലാമണ്ഡലത്തിൽ പഠിക്കാൻ അവസരം ലഭിച്ചു. ഈ കാലയളവിൽ നരകാസുരവധത്തിലെ ലളിത, പൂതനാമോക്ഷത്തിലെ ലളിത, രുഗ്മിണീ സ്വയംവരം, സന്താനഗോപാലം എന്നിവയിലെ കൃഷ്ണൻ, എന്നീ വേഷങ്ങൾ കുറ്റമറ്റ രീതിയിൽ പഠിക്കാൻ അവർക്കു സാധിച്ചു.

കേരളത്തിലും പുറത്തുമായി നിരവധി വേദികളിൽ കഥകളി അവതരിപ്പിക്കാൻ ഈ കലാകാരിക്ക് ഭാഗ്യം ലഭിച്ചിട്ടുണ്ട്. കൃഷ്ണവേഷങ്ങളാണ് ഈ കലാകാരി കൂടുതലായി അവതരിപ്പിച്ചി

ട്ടുള്ളത്. സ്വാതന്ത്ര്യാനന്തര ഭാരതത്തിന്റെ ആദ്യ പ്രധാനമന്ത്രി പണ്ഡിറ്റ് ജവഹർലാൽ നെഹ്റുവിന്റെയും ഡോ. രാജേന്ദ്രപ്രസാദിന്റെയും മുന്നിൽ ഡൽഹിയിലെ പാർലമെന്റ് മന്ദിരത്തിൽ നടന്ന കഥകളിയിൽ പാഞ്ചാലിയായി വേഷമിടാൻ ഈ കലാകാരിക്ക് സാധിച്ചിട്ടുണ്ട്. മുംബൈയിൽ നടന്ന കഥകളിയരങ്ങിലും, തമിഴ് നാട് സംസ്ഥാനത്തിലെ വിവിധ സ്ഥലങ്ങളിൽ നടന്ന ഒട്ടനവധി അരങ്ങുകളിലും വേഷംകെട്ടാൻ അവസരം ലഭിച്ചിട്ടുണ്ട്.

കഥകളി രംഗത്ത് വീശിയടിച്ച ഈ മാറ്റത്തിന്റെ കൊടുങ്കാറ്റ് ഏതാണ്ട് അഞ്ചു വർഷം മാത്രമേ സജീവമായി നിലകൊണ്ടുള്ളൂ. എന്നാൽ ഈ ചുരുങ്ങിയ കാലയളവിൽ കഥകളിലോകത്തെ ഒരു പിടി എണ്ണപ്പെട്ട കലാകാരന്മാരോടൊത്ത് കൂട്ടുവേഷം ചെയ്യുവാൻ അവർക്കു സാധിച്ചു. ഗുരു കുഞ്ചുക്കുറുപ്പാശാൻ, മാങ്കുളം വിഷ്ണുനമ്പൂതിരി, വെള്ളിനേഴി നാണുനായർ, ഹരിപ്പാട് രാമകൃഷ്ണപിള്ളയാശാൻ, ചാത്തുപ്പണിക്കരാശ്ശാൻ, കലാമണ്ഡലം കൃഷ്ണൻ നായരാശാൻ, കുടമാളൂർ കരുണാകരൻ നായർ, കലാമണ്ഡലം രാമൻകുട്ടിനായരാശാൻ, പത്മനാഭൻനായരാശാൻ, കലാമണ്ഡലം ഗോപിയാശാൻ, കോട്ടക്കൽ ശിവരാമനാശാൻ, കലാമണ്ഡലം രാജൻ, കോട്ടയ്ക്കൽ ഗോപിനായരാശാൻ, വാഴേങ്കട രാജഗോപാൽ, കോട്ടയ്ക്കൽ സുനീതി രാജൻ, കലാമണ്ഡലം കെ.ജി. വാസുദേവൻ എന്നീ പ്രമുഖരോടൊത്ത് അവർ കൂട്ടുവേഷം ചെയ്തു.

അരങ്ങിലെ മറക്കാനാകാത്ത ഒരു പാട് ധന്യമുഹൂർത്തങ്ങൾക്ക് സാക്ഷ്യം വഹിച്ച കലാകാരിയാണ് ചേലനാട് സുഭദ്ര. കേരള കലാമണ്ഡലത്തിന്റെ രജതജൂബിലി ആഘോഷം നടന്ന സമയത്ത് സുഭദ്രയുടെ വേഷസൗന്ദര്യത്തെ മുൻനിർത്തി മഹാകവി വള്ളത്തോൾ നാരായണമേനോൻ അവരെ ആദരിക്കുകയുണ്ടായി. അതുപോലെ തന്നെ അവർ എക്കാലവും ഓർമ്മയിൽ സൂക്ഷിച്ചിരുന്ന ഒന്നായിരുന്നു ജനാധിപത്യത്തിന്റെ ശ്രീകോവിലിൽ അവതരിപ്പിച്ച പാഞ്ചാലിയും, കലാമണ്ഡലത്തിന്റെ രജതജൂബിലി ആഘോഷത്തിൽ വേഷം അവതരിപ്പിച്ചതും. തമിഴ്നാട് മന്ത്രി ഭക്തവത്സലനിൽ നിന്നും പുരസ്കാരം നേടിയിട്ടുള്ള ഈ കലാകാരി ചുരുങ്ങിയകാലം കൊണ്ടുതന്നെ പ്രസിദ്ധയായി.

1960-ൽ ചേലനാട് സുഭദ്ര വിവാഹിതയായി. അദ്ധ്യാപകനായ ദാമോദരനായിരുന്നു സുഭദ്രയുടെ വരൻ. വിവാഹശേഷം കൊച്ചിയിൽ താമസിച്ച ഈ കലാകാരിക്ക് കഥകളിയെ ഉപേക്ഷിക്കേണ്ടി

വന്നു. എങ്കിലും മക്കളായ രാജീവിന്റെയും, രജനിയുടേയും വിദ്യാഭ്യാസകാലഘട്ടത്തിൽ കഥകളി കാണാനും, ഇതുമായി ബന്ധപ്പെട്ട ചർച്ചകൾ, സെമിനാറുകൾ, സിമ്പോസിയങ്ങൾ, എന്നിവയിൽ ഈ കലാകാരി സജീവമായിരുന്നു. ഭർത്താവിന്റെ മരണശേഷം മക്കളുടെ കൂടെ പാലക്കാട് സ്ഥിരതാമസമാക്കിയ ചേലനാട് സുഭദ്ര അടുത്ത സമയം വരെയും കഥകളി സദസ്സിലെ നിറസാന്നിധ്യമായിരുന്നു.

ആധുനികകാലത്തെ കഥകളി അവതരണത്തെക്കുറിച്ചും, കലാകാരന്മാരെക്കുറിച്ചും, വിശിഷ്യ കലാകാരികളെക്കുറിച്ചും വളരെ നല്ല അഭിപ്രായമാണ് ഈ കലാകാരിക്കുള്ളത്. കലയെ കണ്ണിലെ കൃഷ്ണമണി പോലെ കാത്തു സൂക്ഷിച്ച ഈ കലാകാരി 2023 മാർച്ച് മാസത്തിൽ അരങ്ങൊഴിഞ്ഞു. കഥകളിയിലെ സ്ത്രീ പ്രാതിനിധ്യം ചർച്ചയായിക്കൊണ്ടിരുന്ന വേളയിൽ, 1950 കാലഘട്ടത്തിൽ കഥകളി രംഗത്തെത്തി ചുരുങ്ങിയ കാലയളവിൽ ഒരു പിടി നല്ല വേഷങ്ങൾ സമ്മാനിച്ചു മറഞ്ഞ ചേലനാട് സുഭദ്രയുടെ ജീവിതകഥ കഥകളി ചരിത്രത്തിലെ തിളങ്ങുന്ന ഒരേടാണ്.

പുഷ്കര വിലോചനാ ത്വൽകൃപാ കാരണേന
ചൊൽക്കൊണ്ട കൃതാർത്ഥേഷു ഇക്കാലമഗ്രഗണ്യൻ
നിഷ്ക്കിഞ്ചന ഭൂസുരനെ പൊക്കമേറും സൗധമേറ്റി
സൽക്കരിച്ചതുമോർത്താൽ മൽഭാഗ്യമെന്തു ചൊൽവൂ!

3

'ധിത്തതത്ത' താളം കേട്ടുണർന്ന കലാകാരി;

ശ്രീമതി അന്തർജ്ജനം

കോതമംഗലം കോട്ടയ്ക്കൽ മനയും ചെറുവള്ളി മനയും അവിടെ ജന്മം കൊണ്ട കലാകാരന്മാരുടെ പേരുകൊണ്ട് പ്രശസ്തമായ രണ്ടു ഗൃഹങ്ങളാണ്. കോട്ടയ്ക്കൽ മനയിലെ ദാമോധരൻ നമ്പൂതിരിയുടെയും ചെറുവള്ളിയില്ലത്ത് ശ്രീദേവി അന്തർജ്ജനത്തിന്റെയും മകളാണ് കഥകളിരംഗത്തെ എണ്ണം പറഞ്ഞ സ്ത്രീ സാന്നിധ്യങ്ങളിൽ ഒരാളായ ശ്രീമതി അന്തർജ്ജനം. കോട്ടയ്ക്കൽ മനയിലെ അംഗങ്ങളെല്ലാം തന്നെ എക്കാലവും കലാപരമായി മുൻപന്തിയിൽ നിൽക്കുന്നവരായിരുന്നു. ചെണ്ട, മദ്ദളം, തുടങ്ങി കഥകളിമേഖലയ്ക്ക് വളരെയധികം പ്രാധാന്യം നൽകിയിരുന്ന കുടുംബമായിരുന്നു കോട്ടയ്ക്കൽമന. ശ്രീമതിയുടെ അച്ഛനായ ദാമോധരൻ നമ്പൂതിരി തായമ്പക വിദഗ്ധനായിരുന്നു. അദ്ദേഹത്തിന്റെ തായമ്പകയിലെ മേളപ്പദങ്ങൾ കേൾക്കാൻ വളരെ ദൂരെ സ്ഥലങ്ങളിൽ നിന്നുപോലും ആളുകൾ എത്തിയിരുന്നു. ഒട്ടും മോശമല്ലാത്ത പശ്ചാത്തലമാണ് ചെറുവള്ളിമനയ്ക്കു അവകാശപ്പെടാനുള്ളത്. അപ്പു ഏട്ടൻ എന്ന് സ്നേഹപൂർവ്വം നാട്ടുകാർ വിളിച്ചിരുന്ന കലാമണ്ഡലം സി.ആർ. രാമൻ നമ്പൂതിരിയുടെ അനന്തരവളാണ് ശ്രീമതി അന്തർജ്ജനം. അതുകൊണ്ടു തന്നെ ചെറുവള്ളിമനയുടെ കലാപാരമ്പര്യത്തെക്കുറിച്ചും എടുത്തു പറയേണ്ടതില്ല. കഥകളിയെന്ന കലാരൂപത്തിന് അത്രയേറെ പ്രാധാന്യം കല്പിച്ചിരുന്ന രണ്ട് കുടുംബങ്ങളുടെ പിൻതുടർച്ചാവകാശിയാണ് ശ്രീമതി അന്തർജ്ജനം എന്ന അതുല്യ കലാകാരി.

'ധിത്ത തത്ത, ധിത്ത തത്ത, ധിത്ത തത്ത ധീം...' ശബ്ദത്തെ തിരിച്ചറിയാൻ തുടങ്ങിയ കാലം മുതൽ ഈ കലാകാരി കേട്ടു തുടങ്ങിയ ശബ്ദമാണിത്. ദൃഷ്ടിയുറച്ച കാലം മുതൽ കണ്ടു തുട

ങ്ങിയത് കഥകളി വേഷസൗന്ദര്യവും. മാതൃഗൃഹമായ ചെറുവള്ളി മനയിലെ നാലുകെട്ടിൽ ചെണ്ടയും മദ്ദളവും ചേങ്ങിലയും ശബ്ദി ച്ചു തുടങ്ങുമ്പോൾ അവിടേക്ക് ഓടിയെത്തിയിരുന്ന ശ്രീമതി, ആ താളത്തിനനുസരിച്ച് ചുവടുവെക്കാൻ തുടങ്ങി. അങ്ങനെ ചെറു പ്രായത്തിൽ തന്നെ കഥകളിയെക്കുറിച്ച് മനസ്സിലാക്കിയ ഈ കലാകാരിക്ക് കഥകളിയോടും, മേളത്തോടും അടങ്ങാത്ത അഭിനി വേശമായിരുന്നു.

ഏതൊരു കലയേയും കണ്ടുമനസ്സിലാക്കിയാൽ അതിനെ സ്വാ യത്തമാക്കാൻ എളുപ്പമാണെന്ന പ്രമാണം തെളിയിച്ചു പന്ത്രണ്ടാം വയസ്സിൽ അമ്മാവനായ കലാമണ്ഡലം സി.ആർ. നമ്പൂതിരിയുടെ ശിക്ഷണത്തിൽ കഥകളിപഠനം തുടങ്ങി. രാമൻ നമ്പൂതിരി എന്ന കലാകാരനായ ഗുരു, തന്റെ ശിഷ്യന്മാരിൽ കഥകളിയെ വളരെ ചിട്ടയോടും, വടിവൊത്ത രൂപത്തിലും സന്നിവേശിപ്പിക്കുന്നതിൽ നിപുണനായിരുന്നു. അത്രയ്ക്ക് കണിശക്കാരനായ ഗുരു ചൊല്ലി യാടിച്ച ബകവധത്തിലെ ഭീമസേനനെ രംഗത്ത് അവതരിപ്പിച്ചു കൊ ണ്ടാണ് ഈ കലാകാരി അരങ്ങേറ്റം കുറിച്ചത്. കഥകളിപഠനം ഹര മായി മാറിയപ്പോഴും അക്കാദമിക പഠനത്തിലും തന്റെ കഴിവുതെ ളിയിക്കാൻ ശ്രീമതിക്കു കഴിഞ്ഞു. സ്ത്രീകൾ വീടുകൾക്കുള്ളിൽ തളച്ചിടപ്പെട്ട പഴയ കാലത്തിൽ നിന്നും തളച്ചിട്ട ചങ്ങലപ്പൂട്ടുകൾ സ്നേഹമാകുന്ന താക്കോലുപയോഗിച്ച് തുറന്ന് സമൂഹമദ്ധ്യത്തി ലേക്ക് എത്തിയ കലാകാരിയാണ് ശ്രീമതി അന്തർജ്ജനം.

1977-ൽ ശ്രീമതി അന്തർജ്ജനം വിവാഹിതയായി. എം.എം. നാരായണ ഭട്ടതിരിയായിരുന്നു ഭർത്താവ്. വിവാഹശേഷവും കഥ കളി പഠനവും അവതരണവും തുടർന്ന ഈ കലാകാരി ഒരു മക ന്റെ അമ്മയായ ശേഷവും കഥകളിയെ കൈവിടാതെ മുന്നോട്ടു പോയി. കുടുംബിനികൾ എങ്ങനെയാണ് കലയേയും, കുടുംബ ത്തേയും ഒരുമിച്ച് മുന്നോട്ടു കൊണ്ടു പോകുന്നതെന്ന് ഈ കലാ കാരിയുടെ ജീവിതത്തിൽ നിന്ന് നമുക്ക് വായിച്ചെടുക്കാം. ഭർത്താ വും, മകനുമൊത്ത് താമസിക്കുന്ന ഈ കലാകാരിക്ക് അവരിൽ നിന്നും ലഭിക്കുന്ന പരിഗണനയും, പ്രോത്സാഹനവുമാണ് ഈ പ്രായത്തിലും കഥകളിയെ കൈവിടാതെ മുന്നോട്ടു പോകാൻ തുണയാകുന്നത്.

പിന്നിട്ട വഴികളിൽ ആടിത്തീർത്ത അരങ്ങുകൾ അനവധിയാ ണ്. കേരളത്തിലെ വിവിധ ക്ഷേത്രങ്ങൾ, കഥകളിക്ലബ്ബുകൾ, ആസ്വാദക കൂട്ടായ്മകൾ എന്നിവിടങ്ങളിലും, കേരളത്തിനു

പുറത്ത് നിരവധി സ്ഥലങ്ങളിലും തന്റെ കലാപരമായ കഴിവുകൾ അവതരിപ്പിക്കുവാൻ ഈ കലാകാരിക്ക് അവസരം ലഭിച്ചിട്ടുണ്ട്. പിന്നിട്ട അരങ്ങുകളിലെല്ലാം കാണികളുടെ സവിശേഷ ശ്രദ്ധ ആകർഷിക്കാനും ഇവർക്കായി. കാണികളുടെ അഭിനന്ദനം നിരവധി തവണ ഏറ്റുവാങ്ങാൻ സാധിച്ചിട്ടുണ്ട്. സ്ത്രീ എന്ന നിലയിൽ പരിഗണന ലഭിക്കുമ്പോൾ തന്നെയും ചില സൗകര്യക്കുറവുകൾ അണിയറകളിൽ നേരിടേണ്ടി വന്നിരുന്നുവെന്നതും അവർ മറക്കുന്നില്ല. അത്തരം അസൗകര്യങ്ങളെ തരണം ചെയ്താണ് ഈ കലാകാരി തന്റെ കലാജീവിതം തുടർന്നത്.

ഒരു കലാകാരന് അവശ്യം വേണ്ട ഒന്നാണ് അരങ്ങ് പരിചയം. അത് കേവലം കലാപഠനത്തിലൂടെ സാധ്യമാകുന്ന ഒന്നല്ല. അതിനാവശ്യം പ്രവർത്തി പരിചയമാണ്. അത് ലഭിക്കാനുള്ള ഏക പോംവഴി നിരവധി അരങ്ങുകളിൽ വേഷം ചെയ്യുക എന്നതു മാത്രവും. അരങ്ങു പരിചയത്തിലൂടെയാണ് ഒരു കലാകാരൻ പൂർണ്ണതയിലെത്തുന്നത്. അങ്ങനെ പൂർണ്ണതയിലെത്തിയ ഒരു കലാകാരിയാണ് ശ്രീമതി അന്തർജ്ജനം.

ബകവധത്തിലെ ഭീമസേനൻ കെട്ടി അരങ്ങേറ്റം കുറിച്ചുവെങ്കിലും കഥകളിയുടെ ബാലപാഠങ്ങളായ തോടയം, പുറപ്പാട് എന്നിവയിലുടെ കടന്ന് സാവകാശം മുഴുനീളെ വേഷങ്ങളിലേക്ക് പടിപടിയായിട്ടാണ് ഇവർ എത്തിയത്. രുക്മിണീ സ്വയംവരം, സന്താനഗോപാലം എന്നിവയിലെ കൃഷ്ണനും അർജ്ജുനനും മാത്രമല്ല രാവണവിജയത്തിലെ രാവണൻ, ഭീമസേനൻ, ദക്ഷൻ, ഹനുമാൻ, നരകാസുരൻ, നരസിംഹം, ശിവൻ, നളചരിതം രണ്ടാം ദിവസത്തിലെ കാട്ടാളൻ, കിരാതത്തിലെ കാട്ടാളൻ, കീചകവധത്തിലെ കീചകൻ, ലളിതമാർ, സതി, പൂതന, ഹംസം, കേശിനി തുടങ്ങിയ വേഷങ്ങൾ കെട്ടിയാടാൻ ശ്രീമതി അന്തർജ്ജനത്തിനു സാധിച്ചു.

കെട്ടിയാടുന്ന വേഷങ്ങൾ ഓരോന്നും കാണികളിൽ മറക്കാനാകാത്ത അനുഭൂതി സൃഷ്ടിച്ചിട്ടുണ്ടെന്നത് ഈ കലാകാരിയുടെ കലാപ്രകടനം കാണാനെത്തുന്ന കാണികളുടെ കണ്ണിലൂടെ വായിച്ചെടുക്കാനാകും. വേഷങ്ങൾ അണിയുന്നതിലെ ഭംഗി, ആസ്വാദകന് മനസ്സിലാകുന്ന തരത്തിലുള്ള വടിവൊത്ത മുദ്ര, ചിട്ട തെറ്റാതെയുള്ള ചുവടുകൾ, കണ്ണുകളുടെ ക്രമമായ ചലനം എന്നിവകൊണ്ട് കഥാപാത്രങ്ങളെ അനശ്വരമാക്കിയ കലാകാരിയാണ് ശ്രീമതി അന്തർജ്ജനം. ഏതൊരു വേഷത്തിനും അതിന്റേതായ അഭിനയ സാധ്യതകൾ ഉണ്ടെന്നും, അതറിഞ്ഞ് അരങ്ങിൽ അവതരിപ്പിക്ക

ണമെന്ന് ഈ കലാകാരി അഭിപ്രായപ്പെടുന്നു.

കഥകളിരംഗത്തെ ഒട്ടനവധി മഹാരഥന്മാരോടൊന്നിച്ച് കൂട്ടുവേഷം ചെയ്യാൻ ഈ കലാകാരിക്ക് സാധിച്ചിട്ടുണ്ട്. കുടമാളൂർ കരുണാകരനാശാൻ, കലാമണ്ഡലം കൃഷ്ണൻ നായരാശാൻ, ഓയൂർ കൊച്ചു ഗോവിന്ദപ്പിള്ളയാശാൻ, ചെന്നിത്തല ചെല്ലപ്പൻപിള്ളയാശാൻ, ചെങ്ങന്നൂർ രാമൻപിള്ളയാശാൻ, മങ്കൊമ്പ് ശിവശങ്കരപ്പിള്ളയാശാൻ, കലാമണ്ഡലം പത്മനാഭൻ നായരാശാൻ, ഫാക്ട് പത്മനാഭൻ നായരാശാൻ, കലാമണ്ഡലം കരുണാകരനാശാൻ, മാത്തൂർ ഗോവിന്ദൻ കുട്ടിയാശാൻ, ഇഞ്ചക്കാട് രാമചന്ദ്രപിള്ളയാശാൻ, കലാമണ്ഡലം രാമൻകുട്ടി നായരാശാൻ, ചാത്തന്നൂർ കൊച്ചു നാരായണപിള്ളയാശാൻ, കോട്ടയ്ക്കൽ ശിവരാമനാശാൻ, കലാനിലയം രാഘവനാശാൻ, കലാമണ്ഡലം ഗോപിയാശാൻ തുടങ്ങി ഒട്ടനവധി കലാകാരന്മാർക്കൊപ്പം വേഷം ചെയ്യുവാനുള്ള ഭാഗ്യം ഈ കലാകാരിക്ക് ലഭിച്ചിട്ടുണ്ട്. ചുരുക്കിപ്പറഞ്ഞാൽ കഥകളി രംഗത്തെ മൂന്നു തലമുറയിൽപ്പെട്ട കലാകാരന്മാരോടൊത്ത് വേഷം ചെയ്യാനുള്ള ഭാഗ്യം ലഭിച്ച കലാകാരിയാണ് ശ്രീമതി നമ്പൂതിരി. ഒരു കലയെ വിജയത്തിലെത്തിക്കുക എന്നത് കഥകളി നടന്റെ മാത്രം കഴിവോ പരിശ്രമമോ കൊണ്ടു മാത്രം സാധിക്കില്ല. അതിനായി സംഗീതം, മേളം, ഉടുത്തുകെട്ടും, അണിയറിയിലെയും, അരങ്ങത്തെയും എല്ലാ പ്രവർത്തകരും ഒത്തു ചേരേണ്ടതുണ്ട്. കലാകാരന്മാരുടെ ഒത്തൊരുമയോടെയുള്ള പ്രവർത്തനം കൊണ്ടു മാത്രമേ കഥകളിയെ ഉയരങ്ങളിലെത്തിക്കാനാവു. അതിനായി ഓരോ രംഗത്തുമുള്ള കലാകാരന്മാരെ അംഗീകരിക്കാനും അതുവഴി ഒരു കുടുംബം എന്ന നിലയിൽ ഒത്തൊരുമിച്ച് പ്രവർത്തിക്കാനും കഴിയണം.

ആധുനിക കാലഘട്ടങ്ങളിൽ ഒരു ഷോർട്ട് ടൈം കോഴ്സ് പോലെ മാത്രമേ കഥകളിയെ നമുക്ക് സ്വീകരിക്കാൻ കഴിയുന്നുള്ളുവെന്ന് ഈ കലാകാരി നമ്മെ ഓർമ്മപ്പെടുത്തുന്നു. കേവലം കലോത്സവങ്ങൾക്കു മാത്രമായുള്ള കലാപഠനം കലയോടുള്ള സ്നേഹം കൊണ്ടുതന്നെ എന്നാണ് ഈ കലാകാരിയുടെ പക്ഷം. എന്നാൽ ഇതിനെ ഒരു തുടക്കമായി കാണുകയും സർഗ്ഗവാസനയും അഭിരുചിയും ഉള്ള കുട്ടികൾ തുടർന്നു പഠിക്കുകയും വേണം. പഠനത്തിനിടയിൽ മത്സരമാവാം. എന്നാൽ മത്സരത്തിനുവേണ്ടി മാത്രമുള്ള പഠനം ശരിയുമല്ല. ഈ കലാകാരി പഠനത്തിനിടയിൽ ഒരു മത്സരത്തിലും പങ്കെടുത്തിട്ടില്ല.

നിരവധി പുരസ്കാരങ്ങളാണ് ഈ കലാകാരിയെ തേടിയെത്തിയത്. ഏതു വേദിയിൽ വേഷം അവതരിപ്പിച്ചിട്ടുണ്ടോ അവിടെ നിന്നെല്ലാം അംഗീകാരങ്ങളും നൽകിയാണ് ആ നാട് ഈ കലാകാരിയെ യാത്രയാക്കിയിട്ടുള്ളത്. കേരളസംഗീത നാടക അക്കാദമി പുരസ്കാരം ലഭിച്ച ശ്രീമതി നമ്പൂതിരിയെ കേന്ദ്രസർക്കാർ നാരീശക്തി പുരസ്കാരം നൽകി ആദരിച്ചു. അംഗീകാരങ്ങളിൽപ്പെട്ട് മതിമറന്നു പോകാതെ ഈശ്വരന്റെ വരദാനമായി കിട്ടിയ കലയെ അതിന്റെ കാമ്പോടുകൂടി അവതരിപ്പിക്കുന്നതിലാവണം ശ്രദ്ധ എന്ന് ഈ കലാകാരി ഓർമ്മപ്പെടുത്തുന്നു. ഒരു കലാകാരൻ എന്നും തന്റെ വേഷങ്ങളെ പഠന വിഷയമാക്കുന്നയാളാവണം. എങ്കിൽ മാത്രമേ ഓരോ അരങ്ങിലും വ്യത്യസ്തത പുലർത്താൻ കഴിയൂ എന്ന അഭിപ്രായമാണ് ഈ കലാകാരിക്കുള്ളത്.

കഥകളിയെന്ന കലാരൂപത്തിന്റെ സൗന്ദര്യവും സവിശേഷതയും നശിപ്പിക്കുന്ന ഒരു തരത്തിലുമുള്ള മാറ്റങ്ങളും ഗുണകരമാവില്ല. പരമ്പരാഗതമായ ശൈലികൾ, മുഖത്തെഴുത്തും വേഷവും ഒക്കെയാണ് ഈ കലയെ അതിന്റെ ഗുണവശത്തോടെ നിലനിർത്തുന്നത്. കഥകളി എന്നത് കേവലം ക്ഷേത്രങ്ങളിലും, വഴിപാടുകൾ മാത്രമായി, ചുരുങ്ങിയ സദസ്സിന്റെ മുന്നിൽ ഒരനുഷ്ഠാനം പോലെ നടത്തുന്ന രീതി ഇന്നും തുടരുന്നു. ഇതിലുപരിയായി കഥകളിയെ ഒരു രംഗകല എന്ന കാഴ്ചപ്പാടിൽ ഗൗരവമായി കണ്ട് സംഘടിപ്പിക്കണം. എങ്കിൽ മാത്രമേ കൂടുതൽ ആസ്വാദകരിലേക്ക് ഈ കലയെ എത്തിക്കാൻ സാധിക്കൂ.

കുറുക്കുവഴികളിൽ കൂടിയൊന്നും ഈ കലയെ ജനപ്രിയമാക്കാൻ നമുക്കാവില്ല. മുൻകാലങ്ങളെ അപേക്ഷിച്ച് കഥകളി അരങ്ങുകളുടെ എണ്ണം വർദ്ധിച്ചിട്ടുണ്ട്. എന്നാൽ ഓരോ സ്ഥലങ്ങളിലുമെത്തുന്ന ആസ്വാദകരുടെ എണ്ണം വളരെ കുറവാണ്. ഈ അവസ്ഥയ്ക്ക് മാറ്റം വരണം. എന്നിരിക്കിലും ആധുനിക സമൂഹം കൂടുതലായി കഥകളിയെ അറിയാൻ തുടങ്ങിയത് ശുഭസൂചകമായി ഈ കലാകാരി നോക്കിക്കാണുന്നു.

ഒരു കാലഘട്ടത്തിൽ കേവലം വിരലിലെണ്ണാവുന്ന കലാകാരികൾ മാത്രമുണ്ടായിരുന്ന കഥകളി രംഗത്ത് ഇന്ന് സ്ത്രീ പ്രാതിനിധ്യം ഏറിവരുന്നത് ആശ്വാസജനകമാണ്. ഇന്ന് ഏതു വേഷവും ചെയ്യാൻ കലാകാരികൾ തയ്യാറാകുന്നു. കളരികളിൽ ഉഴിച്ചിലിന് വിധേയമാകാതെ തന്നെ ശരീരത്തിന്റെ സ്വാഭാവിക വഴക്കം അത് സാധ്യമാക്കിക്കൊടുക്കുന്നു. നിരവധി കളരികളിൽ ഇന്ന് പെൺകു

ട്ടികൾ കഥകളി അഭ്യസിക്കുന്നു. വനിതാകഥകളിക്കാർക്ക് സംരക്ഷണമേകുന്ന തൃപ്പൂണിത്തുറ വനിതാകഥകളി സംഘവും, കല്ലേക്കുളങ്ങര കഥകളി ഗ്രാമവും, മറ്റനേകം കഥകളി വിദ്യാലയങ്ങളും അതിനുദാഹരണങ്ങളാണ്.

കേന്ദ്ര, സംസ്ഥാന സർക്കാരുകൾ വർഷങ്ങളായി കഥകളി മത്സരയിനത്തിൽ പെൺവിഭാഗത്തിൽ കഥകളി മത്സരം നടത്തുന്നു. കേരള കലാമണ്ഡലത്തിൽ പെൺകുട്ടികൾക്കായി കഥകളി പഠനത്തിന് അവസരമൊരുക്കി പെൺകുട്ടികളുടെ കഥകളി സ്വപ്നത്തെ കൂടുതൽ അർത്ഥവത്താക്കിയിരിക്കുന്നു. ലിംഗഭേദമില്ലാതെ കഥകളി രംഗത്ത് പ്രവർത്തിക്കാൻ സാധിക്കണമെന്നാണ് ഈ കലാകാരിയുടെ ആഗ്രഹം.

○○

കൊട്ടാരക്കര ഭദ്രയും
കൊട്ടാരക്കര ഗംഗയും

ഇവരെ രണ്ടുപേരെക്കുറിച്ചും വിശദമായ ലേഖനങ്ങൾ ഈ പുസ്തകത്തിൽ ഉൾപ്പെടുത്തിയിട്ടുണ്ടെങ്കിലും ഇവരെ രണ്ടു പേരേയും ചേർത്തുകൊണ്ടല്ലാതെ ചിലതു പറയാനാവില്ല. കൊട്ടാരക്കര ഭദ്ര, എഴുപത്തഞ്ചു പിന്നിടുമ്പോൾ കൊട്ടാരക്കര ഗംഗ എഴുപത്തിമൂന്നുകാരിയാണ്. പ്രായത്തിന്റെ ചെറു പ്രയാസത്തിൽ മുതിർന്ന ആൾ വേദിയിൽ നിന്നും മാറി നിൽക്കുമ്പോൾ, രണ്ടു വയസ്സിന്റെ ഇളപ്പം നൽകുന്ന ചെറുപ്പത്തിൽ കൊട്ടാരക്കര ഗംഗ വേദികളിൽ ഇന്നും നിറസാന്നിധ്യമാണ്. ഒരുമിച്ച്, ഒരേ ഗുരുവിനു കീഴിൽ ഒരേ ദിവസം ദക്ഷിണ നൽകി ആരംഭിച്ച രണ്ടു പേരുടെയും കലാജീവിതം നാല്പതു വർഷം പിന്നിടുകയാണ്. കൊട്ടാരക്കര ഭദ്ര, സ്ത്രീവേഷങ്ങളിലും കൊട്ടരക്കര ഗംഗ കത്തി, താടി വേഷങ്ങളിലും അനുവാചക ഹൃദയം കീഴടക്കിക്കഴിഞ്ഞു. ഇവർ പിന്നിട്ട പാതയ്ക്കു സമാനതകളില്ല.

രണ്ടുപേരും നടന്നു തീർത്ത വഴി ഒന്നാണ്.

ഇവർ ഗുരുസ്ഥാനീയരാണ്.

ഗംഗയില്ലാതെ ഭദ്രയില്ല. ഭദ്രയില്ലാതെ ഗംഗയും.

ഏറെ ആദരവോടെ,

ഈ ഗുരുസ്ഥാനീയരെ ഞാൻ പ്രണമിക്കുന്നു.

൦൦

4

നാല്പതുവർഷത്തെ കലാതപസ്യ;

കൊട്ടാരക്കര ഭദ്ര

നൃത്തം പഠിച്ച പെൺകുട്ടി കഥകളിയുടെ അത്ഭുതലോകത്തിലേക്കു പ്രവേശിച്ച കഥയെന്ന് കൊട്ടാരക്കര ഭദ്ര എന്ന അതുല്യ കലാകാരിയുടെ ജീവിതത്തെ ഒറ്റവരിയിൽ വിശേഷിപ്പിക്കാം.

അവർ നടന്നുതീർത്ത ജീവിതവഴികളിൽ പട്ടു വിരിച്ചിരുന്നില്ല. ആരും പുഷ്പവിതാനം ഒരുക്കിയിരുന്നുമില്ല. നടന്നും, കിതച്ചും, അതിലേറെ ആവേശത്തിൽ ഓരോ ചുവടുവെച്ചും അവർ ജീവിതം കീഴടക്കി. കഥകളിയെന്ന ആൺകലയുടെ, പെൺപ്രയോക്താക്കളിൽ ഒരുവളായി അവർ നിലകൊണ്ടു; ഒന്നല്ല, പത്തല്ല, നീണ്ട നാൽപതു വർഷമായി അവർ കഥകളിയരങ്ങിൽ നിലകൊള്ളുന്നു. നൃത്തജീവിതം കൂടി കണക്കിലെടുത്താൽ അറുപതു വർഷം നീണ്ട കലാസപര്യ!

സ്ത്രീവേഷങ്ങൾ കൊട്ടാരക്കര ഭദ്രയുടെ കൈകളിൽ ഭദ്രമാണ് എന്നും. ഉള്ളിലൊരു പരിഭ്രമം തോന്നിയിരുന്ന ആദ്യകാലത്തുപോലും അത് അരങ്ങത്തു പ്രതിഫലിച്ചിട്ടില്ല. ഏതൊരു നായകനൊപ്പവും, പ്രതിനായകനു നേരെയും ഭദ്രയുടെ സ്ത്രീവേഷങ്ങൾ ആർജവത്തോടെ അരങ്ങറിഞ്ഞു നിലകൊണ്ടു.

1947-ലാണ് ഭദ്രയുടെ ജനനം. ഇപ്പോൾ എഴുപത്തഞ്ച് വയസ്സു പിന്നിട്ടു. ഗോപാലനും ശാരദാമ്മയ്ക്കും അഞ്ചു മക്കൾ ആയിരുന്നു. അതിൽ രണ്ടാമത്തെ കുട്ടി ആയി ജനിച്ച ഭദ്ര പിന്നീട്, ജനങ്ങൾ അംഗീകരിച്ച കലാകാരിയായി വളർന്നു. കൊല്ലത്ത് വളരെ സുഖലോലുപതയിൽ വളർന്ന കുട്ടികളെ അച്ഛന്റെ മരണം തളർത്തി. അതോടെ അവർ മണ്ണടിയിലെ അമ്മ വീട്ടിലെത്തി. അവിടെ, അമ്മയുടെ സഹോദരന്റെ സ്നേഹസംരക്ഷണയിലായി ആ സഹോദരിയും മക്കളും. അമ്മാവനാണ് ഭദ്രയെ കലാരംഗത്തിലേക്കു കൈ

പിടിച്ചുയർത്തിയത്. മണ്ണടിയിലെ 'അപ്പിനിയത്ത്' എന്ന വലിയ വീട്ടിൽ ഡാൻസ് പഠിപ്പിക്കാൻ ഒരു ഗുരുനാഥൻ വരുന്നുവെന്നും, അവിടുത്തെ മൂന്നു കുട്ടികൾക്കൊപ്പം അനന്തിരവളെ കൂടി വിടുന്നോ എന്നും ആ വീട്ടുകാർ ഭദ്രയുടെ അമ്മാവനോടു ചോദിച്ചു. അദ്ദേഹം സമ്മതിച്ചു. അങ്ങനെയാണ് ഭദ്രയുടെ ജീവിതം വഴിമാറിയത്. ഡാൻസ് പഠിച്ചതുകൊണ്ടു മാത്രം കഥകളിയിലേക്ക് എത്താൻ പറ്റി. അതിനാൽത്തന്നെ ഈ കലാകാരി, തന്റെ അമ്മാവനെ ഗുരുനാഥന്മാർക്കൊപ്പം കാണുന്നു, സ്മരിക്കുന്നു.

ആദ്യം കൊല്ലം ആർ.സി. കൈമളിന്റെ കീഴിലും പിന്നീട് കലാമണ്ഡലം ഗംഗാധരൻ മാഷിന്റെ കീഴിലുമാണ് കുഞ്ഞായിരുന്ന ഭദ്ര നൃത്തം അഭ്യസിച്ചു തുടങ്ങിയത്. നൃത്തം പഠിച്ച് വേദികളിൽ അവതരിപ്പിച്ചു തുടങ്ങിയിരുന്നു. പക്ഷേ, നൃത്തം അവതരിപ്പിച്ചാൽ കിട്ടുന്നത് വളരെ തുച്ഛമായ തുകയാണ്. കിട്ടിയാൽ കിട്ടി എന്നൊരു അവസ്ഥയും ഉണ്ട്. ഭദ്ര നൃത്തത്തിലൂടെ സമ്പാദിക്കുന്ന തുച്ഛമെന്നു തോന്നുന്ന തുകയ്ക്കും വലിയ വിലയുണ്ട് അക്കാലത്ത്. ഇന്നത്തെക്കാലത്ത് ദാരിദ്ര്യം എന്ന വാക്കിന്റെ അർത്ഥം പലർക്കും മനസ്സിലാവില്ല. എന്നാൽ എഴുപത്തഞ്ചു വയസ്സിന്റെ ജീവിതം നൽകിയ അറിവിന്റെ ബലത്തിൽ ഈ മുതിർന്ന കലാകാരി പറയും, ദാരിദ്ര്യം എന്നാൽ വിശപ്പാണ് എന്ന്. അന്നതു നാട്ടുനടപ്പാണ്. അതിസമ്പന്നർ ഒഴികെ ഒട്ടുമിക്കവരും ദാരിദ്ര്യം എന്തെന്ന് അറിഞ്ഞിരുന്നു.

അക്കാലം നാടകങ്ങളുടെ പുഷ്ക്കല കാലമാണ്. മോശമല്ലാത്ത പ്രതിഫലം നാടകത്തിൽ നിന്നു കിട്ടും. ധാരാളം സമിതികളുമുണ്ട്. അങ്ങനെ നാടകങ്ങളിലും ഭദ്ര അഭിനയിച്ചു തുടങ്ങി. അക്കാലത്താണ് കഥകളിയോടും ഒരു പ്രിയം തോന്നുന്നത്. അങ്ങനെ കൈതക്കോട്ടു രാമൻപിള്ള ആശാനു കീഴിൽ കഥകളിയുടെ ആദ്യ ചുവടുകൾ അഭ്യസിച്ചു തുടങ്ങി. അന്നു പ്രായം പതിനാലു വയസാണ്. മൂന്നു വർഷത്തോളം ആശാനു കീഴിൽ മറ്റു കുട്ടികൾക്കൊപ്പം അടവുകൾ ചവിട്ടിപ്പഠിച്ചു. എന്നാൽ അപ്പോൾ ആശാന്റെ പ്രായം എൺപതിനു പുറത്തുണ്ട്. അങ്ങനെ കൃത്യമായൊരു പഠനരീതി ഒന്നുമില്ല, ആശാൻ ഇടയ്ക്കു വരും. കുറച്ചുനാൾ പഠിപ്പിക്കും എന്നൊരു രീതിയിലായിരുന്നു പഠനം. ക്രമേണ ആ പഠനം നിന്നു പോയി.

അദ്ദേഹത്തിന്റെ പ്രായാധിക്യം ഒരു പ്രധാന കാരണമായി. പിന്നെ ഏറെക്കാലം, കഥകളി ഭദ്രയുടെ ജീവിതത്തിൽ നിന്നും

ഒഴിഞ്ഞു നിന്നു.

അന്നത്തെ നാട്ടുനടപ്പു പോലെ ഭദ്രയുടെ വിവാഹം കഴിഞ്ഞു. പ്രവാസിയായ ഗോപാലകൃഷ്ണനാണ് ഭദ്രയെ വിവാഹം കഴിച്ചത്. കലയുമായി യാതൊരു ബന്ധവും ഇല്ലാത്ത അദ്ദേഹമാണ് പിൽക്കാലത്ത് ഭദ്ര എന്ന കലാകാരിയെ വീണ്ടും കഥകളിയുടെ ലോകത്തിലേക്ക് എത്തിച്ചതും നാല്പതു വർഷക്കാലം അരങ്ങത്തു നില നിർത്തിയതും. വിവാഹശേഷം നൃത്തവും നാടകവും ഒക്കെ അവസാനിപ്പിച്ചു ഭദ്ര തികഞ്ഞ വീട്ടമ്മയായി. ഏക മകൻ നാലാം ക്ലാസിൽ പഠിക്കുന്ന കാലം, അപ്പോഴാണ് മയ്യനാട് കേശവൻ നമ്പൂതിരി, കൊട്ടാരക്കര വന്നു ക്ലാസ് എടുക്കുന്ന വിവരം ഭദ്ര അറിയുന്നത്. ഭർത്താവിനോട് അനുവാദം ചോദിച്ചു. അദ്ദേഹത്തിനും ഒരു നിലപാട് ഉണ്ടായിരുന്നു, അതുമറ്റൊന്നുമല്ല, നൃത്തവും നാടകവും ഒന്നും വേണ്ട, എന്നാൽ കഥകളി ആണെങ്കിൽ ആകാം എന്നതായിരുന്നു അത്. അതു കൊണ്ടു തന്നെ ഒരു വിഷമവും ഇല്ലാതെ കഥകളി പഠിക്കാൻ അനുവാദം കിട്ടി. പക്ഷേ, തടസം മറ്റൊരു രൂപത്തിൽ മുന്നിലെത്തി. ഇത്തവണ പറ്റില്ലെന്നു പറഞ്ഞത് ഗുരു തന്നെ. ഒറ്റയ്ക്ക് ഒരു സ്ത്രീയെ പഠിപ്പിക്കാനാവില്ല. അദ്ദേഹം നയം വ്യക്തമാക്കി. ഭദ്രയുടെ മുന്നിൽ വഴി അടയുകയാണ് എന്ന തോന്നലുണ്ടായി. പക്ഷേ, നിശ്ചയിച്ചിറങ്ങിയാൽ എന്താണു തടസ്സം?

പണ്ട്, ഒപ്പം നൃത്തം പഠിച്ചവരെ തേടിയിറങ്ങി. ആരെങ്കിലും കൂട്ടു വരുമോ എന്നാണു ചോദ്യം. അയ്യേ, ഈ പ്രായത്തിലോ എന്നവരുടെ മറുചോദ്യം. ഒടുവിൽ രണ്ടും കല്പിച്ചാണ് കൂട്ടുകാരി ഗംഗയുടെ ഭർത്താവ് സൂര്യൻ സാറിനോട്, ഗംഗയെ തന്റെ ഒപ്പം കഥകളി പഠിക്കാൻ വിടുമോ എന്നു ചോദിക്കുന്നത്. അദ്ദേഹത്തിന് ഒരു എതിർപ്പുമില്ല. ഗംഗയ്ക്ക് സമ്മതമെങ്കിൽ ആയിക്കോളൂ എന്നായി അദ്ദേഹം. ഗംഗയോടു ചോദിച്ചു. സമ്മതം കിട്ടി. അങ്ങനെ ഒരു വലിയ തുടക്കത്തിന്റെ ആരംഭമായി. കൊട്ടാരക്കര ഗംഗ, കൊട്ടാരക്കര ഭദ്ര എന്നീ രണ്ടു സ്ത്രീകൾ കഥകളിയുടെ അരങ്ങു കീഴടക്കി, അനുവാചക ഹൃദയങ്ങളിൽ സ്ഥാനം പിടിച്ചതിന്റെ തുടക്കം അങ്ങനെയായിരുന്നു.

ശിഷ്യകൾ രണ്ടു പേരും മയ്യനാടു കേശവൻ നമ്പൂതിരിയുടെ കീഴിൽ കഥകളി അഭ്യസിക്കാൻ തുടങ്ങി. ക്ലാസ് എടുക്കുന്നത് കൂട്ടുകാരി ഗംഗയുടെ ഭർത്താവിന്റെ പേരിലുള്ള മൂന്നു വീടുകളിൽ ഒന്നിൽ വെച്ചാണ്. വീട്ടിലെ പണികൾ തീർത്ത്, രണ്ടു പേരും

ഒത്തുകൂടും. അവർക്കു സംസാരിക്കാനുള്ളതു കഥകളിയെക്കുറിച്ചായിരുന്നു. അവർ അതു മാത്രം ചിന്തിച്ചു. പിന്നീടു നാം കാണുന്നത് രണ്ടു സ്ത്രീകളുടെ ഇച്ഛാശക്തി കഥകളിയുടെ ചരിത്രം മാറ്റിയെഴുതുന്നതാണ്. ആശാൻ വരുന്ന ദിവസങ്ങളിൽ മാത്രം ചെന്നിരുന്ന് രണ്ടു മണിക്കൂർ ചവിട്ടുകയല്ല, മറിച്ച്, നിത്യവും രാത്രി വൈകുവോളം പഠിച്ചത് ചവിട്ടി ഉറപ്പിക്കുകയായിരുന്നു അവരുടെ രീതി. പദങ്ങൾ കാണാതെ പഠിച്ച്, മുദ്രകൾ പരസ്പരം ചെയ്തു കാട്ടി, തെറ്റുകൾ തിരുത്തി, മനോധർമം രൂപപ്പെടുത്തി അവർ പഠിച്ചു. അങ്ങനെ ഭദ്രയും ഗംഗയും കഥകളിക്കാരികളായി രൂപപ്പെട്ടു. പത്തു മാസത്തിനിപ്പുറം അരങ്ങേറ്റമായി. ദുര്യോധനവധത്തിലെ പഞ്ചാലിയായി ഭദ്ര അരങ്ങത്ത് എത്തി. ആദ്യ അരങ്ങ്, പിന്നീട് ദമയന്തിയും, കുന്തിയും, കാട്ടാളത്തിയും, സീതയും, സതിയും, സൈരന്ധ്രി, മണ്ണാത്തി, സുദേഷണയും, ഭാനുമതി ഒക്കെയായി അമ്പതിൽപ്പരം വേഷങ്ങൾ, മൂവായിരത്തിലധികം വേദികൾ... രണ്ടു പുരുഷ വേഷവും ഭദ്ര കെട്ടിയാടി. കൃഷണനനും, വിഷ്ണുവും. അതൊരു മോഹത്തിനു കെട്ടിയാടിയതാണ്.

അക്കാലത്ത് രാവുപുലരും വരെയാണ് കഥകളി നടക്കുക. ആദ്യകാലങ്ങളിൽ നാട്ടുകാർക്ക് അതൊരു പരിഹാസമായിരുന്നുവെന്ന് അവർ ഓർക്കുന്നു. എന്നാൽ പിന്നീട് കാലം അവരെ തിരുത്തിച്ചു. അവർക്ക് അംഗീകരിക്കാതിരിക്കാൻ ആവില്ല എന്ന സ്ഥിതി വന്നു. അവർ അഭിമാനത്തോടെ പറഞ്ഞു തുടങ്ങി കൊട്ടാരക്കര ഭദ്ര എന്ന നാമം.

പിൽക്കാലത്ത് മകന് ഒരു ജോബ് ഇന്റർവ്യൂവിനായി ചെന്നൈയിലും, ന്യൂഡൽഹിയിലും പോകേണ്ടി വന്നു. അവിടെ വെച്ച് അച്ഛനും അമ്മയും എന്തു ചെയ്യുന്നു എന്ന ചോദ്യത്തിന്, അച്ഛൻ ഗൾഫിലും അമ്മ ഒരു കഥകളി കലാകാരിയും ആണെന്നു പറഞ്ഞപ്പോൾ ഇന്റർവ്യൂ ബോർഡിൽ ഉണ്ടായിരുന്നവരുടെ ആഹ്ലാദവും അതിശയവും കലർന്ന പ്രതികരണം കണ്ടപ്പോൾ മകനും അതിശയമായി. വീട്ടിലെത്തിയ മകൻ പറഞ്ഞു, 'അമ്മേ, കഥകളിക്ക് പുറം നാട്ടിൽ ഇത്ര ആരാധകരോ?' എന്ന്. കലയുടെ ഏറ്റവും വലിയ അനുഗ്രഹം ഇതാണ്. ഒരു കലാകാരനെ, കലാകാരിയെ, ജനം അംഗീകരിക്കും, ആദരിക്കും, അല്പം വൈകിയാണെങ്കിലും നാട്ടുകാരും വീട്ടുകാരും അതു സമ്മതിക്കും.

ഭർത്താവിന്റെ പിന്തുണയെക്കുറിച്ച് ഈ കലാകാരി പ്രത്യേകം ഓർക്കുന്നു. അദ്ദേഹം വിദേശത്തു പോയശേഷം ഓരോ വർഷ

വും ലീവിനു വരുന്നത് ഉത്സവകാലത്ത് ആയിരുന്നു. അദ്ദേഹവും ഭാര്യയ്ക്കൊപ്പം കളി നടക്കുന്നിടത്തു ചെല്ലുകയും, ആദ്യാവസാനം കളി കാണുകയും ചെയ്തിരുന്നു. ആ ഒരു പിന്തുണയില്ലായിരുന്നെങ്കിൽ ഭദ്ര എന്ന കഥകളി കലാകാരി ഉണ്ടാകുമായിരുന്നില്ല.

ധാരാളം പുരസ്കാരങ്ങൾ ഈ മുതിർന്ന കലാകാരിക്കു ലഭിച്ചിട്ടുണ്ട്. ഇന്നത്തെ തലമുറയിലെ കഥകളി കലാകാരന്മാരേക്കുറിച്ചും ഈ മുതിർന്ന കലാകാരിക്കു പറയാനുണ്ട്.

'പണ്ടു ഞങ്ങൾ കളിയുണ്ടെങ്കിൽ കളിസ്ഥലത്ത് നേരത്തേ എത്തും. കഥയെക്കുറിച്ചും അതിലെ സംശയങ്ങളും പരസ്പരം ചർച്ച ചെയ്യും, സംശയം ദൂരീകരിക്കും. കളി കഴിഞ്ഞ് സാവകാശമാണ് മടക്കം. ഇന്നത്തെ കുട്ടികൾ കളി സമയത്ത് എത്തുന്നു, കളിക്കുന്നു, ഉടൻ മടങ്ങുന്നു. ഒരു സംസാരവുമില്ല, ചർച്ചകളുമില്ല.'

ഈ ആശയവിനിമയത്തിലെ വിടവ് കഥകളിയെ ബാധിക്കുന്നുണ്ടെന്ന് പറയാതെ വയ്യ. പണ്ട് കളിസ്ഥലത്തുള്ള മുതിർന്ന ആശാന്മാരുമായുള്ള സംസാരം, അവരുടെ നിർദേശം ഒക്കെ അന്നത്തെ കളിയെ മാത്രമല്ല, അതിൽ പങ്കെടുക്കുന്നവരുടെ പിന്നീടുള്ള പ്രകടനത്തെയും ആകെ മെച്ചപ്പെടുത്തുമായിരുന്നു. അതുപോലെ, ഇന്നത്തെ ഒരു രീതി പോലെ സ്വന്തം വേഷം നന്നാക്കി മടങ്ങുക എന്ന ചിന്തയ്ക്കപ്പുറം സഹകളിക്കാരുടെ പ്രകടനത്തിനു വേണ്ട പ്രോത്സാഹനവും പിന്തുണയും നൽകാൻ അവർ മടിച്ചിരുന്നില്ല. ഒരു പിഴവു വരുന്നു എന്നു കണ്ടാൽ അതിന് പരിഹാരം ഉടനടി നിർദ്ദേശിക്കാൻ അവർ ആലോചിച്ചു നിന്നിരുന്നില്ല. പുരുഷന്മാരുടെ ലോകമാണു കഥകളിയെങ്കിലും അവിടേക്കു കയറിവരുന്ന ഓരോ സ്ത്രീയേയും ഏറെ ആദരവോടെ ഓരോ കഥകളിക്കാരനും സ്വീകരിച്ചു. വേണ്ട പിന്തുണ നൽകി. ഒരു പക്ഷേ, കഥകളിയുടെ ലോകത്തു മാത്രം കാണുന്ന ഒരു പ്രതിഭാസമായി ഇതിനെക്കാണാം. ആശാന്മാർ പഠിപ്പിക്കാനും വേദികൾ നൽകാനും വിശാലഹൃദയത്തോടെ തയ്യാറാകുന്നു. സഹകളിക്കാരും കളിയോഗം മൊത്തത്തിലും ആ സ്ത്രീകളുടെ സുരക്ഷ ഉറപ്പുവരുത്തുകയും ഒപ്പം നിൽക്കുകയും ചെയ്യുന്ന കാഴ്ച! കഥകളിയെന്നത് ഒരു സോളോ പെർഫോർമെൻസ് അല്ല എന്നും, കൂട്ടായി നടത്തുന്ന പ്രകടനത്തിന്റെ ആകെ തുകയായി കാണികൾക്കു മികച്ച ദൃശ്യവിരുന്ന് ഒരുക്കുക എന്നതായിരുന്നു അന്നത്തെ ലക്ഷ്യം. കാലം മുന്നേറുമ്പോൾ സ്വന്തം വേഷം എന്ന സ്വാർത്ഥത വർദ്ധിക്കുന്നോ എന്ന ആശങ്ക ഈ കലാകാരി മറച്ചു വെക്കുന്നില്ല.

കൊല്ലം ക്ലബ്ബിൽ ഒരിക്കൽ നടന്ന സംഭവം, ഈ കലാകാരി ഓർത്തെടുക്കുന്നു, അന്ന് ചെണ്ടയ്ക്കു പ്രാധാന്യമുള്ള ഒരു കളിയാണു നിശ്ചയിച്ചിരുന്നത്. കലാകാരന്മാർ എത്തി. സ്ത്രീവേഷം ചെയ്യാൻ ഭദ്രയും എത്തി. പക്ഷേ, ചെണ്ടക്കാരൻ എത്തിയില്ല. സംഘാടകർ ആകെ പരിഭ്രമത്തിലായി. എന്തു ചെയ്യും? അന്ന് കഥകളി അഭ്യസിച്ചു തുടങ്ങിയിട്ടേയുള്ളൂ ഭദ്രയും. പെട്ടെന്നാണ് എല്ലാവരും കൂടി ഒരു തീരുമാനമെടുത്തത്. കഥ മാറ്റാം, ഭദ്ര ചെയ്യട്ടെ പൂതനാമോക്ഷം എന്നായി അവർ. അങ്ങനെ തീർത്തും അവിചാരിതമായി ഒരു അരങ്ങത്തേക്ക് മുഴുനീള കഥ അവതരിപ്പിക്കുന്നതിലേക്കവർ എത്തിപ്പെട്ടു. അത്തരം സന്ദർഭത്തിൽ പതറാതെ ആസ്വാദകരെ സംതൃപ്തിപ്പെടുത്തും വിധം കഥ അവതരിപ്പിച്ചപ്പോൾ അത് ഒരു അവിസ്മരണീയ മുഹൂർത്തമായി മാറി. തൊട്ടടുത്ത വർഷം സംഘാടകർ ഈ സംഭവം എടുത്തു പറഞ്ഞ് ഈ കലാകാരിയെ അഭിനന്ദിച്ചു.

ഇന്ന് ജീവിത സായാഹ്നത്തിൽ മകനൊപ്പം വിശ്രമജീവിതം നയിക്കുകയാണ് ഈ കലാകാരി. മകൻ ഗണേഷ്, കൊല്ലത്ത് മാതൃഭൂമി അഡ്വർടൈസിംഗ് മാനേജർ ആയി ജോലി നോക്കുന്നു. മരുമകൾ രശ്മി, കൊട്ടാരക്കര മുത്തൂറ്റിൽ മാനേജർ ആണ്. കൊച്ചുമക്കളായ ഗൗരി കല്യാണി ഗൗരി പാർവതി രണ്ടുപേരും നൃത്തവും കഥകളിയും അഭ്യസിക്കുന്നു.

ഇന്ന്, ഭദ്രയെന്ന തലമുതിർന്ന കലാകാരിക്കു തിരിഞ്ഞു നോക്കുമ്പോൾ അഭിമാനം മാത്രം. ഒരു വീട്ടമ്മയായി ജീവിതം തളച്ചിടപ്പെടുമായിരുന്നിടത്തു നിന്നും അധികമാരും സഞ്ചരിക്കാത്ത വഴിയിലൂടെ ഏറെ ദൂരം മുന്നേറിയിരിക്കുന്നു, ഇതിനോടകം വ്യക്തമായ പാദമുദ്ര പതിപ്പിക്കാൻ കഴിഞ്ഞിരിക്കുന്നു, സാർത്ഥകമാണീ ജീവിതം, സംശയമില്ലതിൽ.

എന്തിഹ മന്മാനസേ സന്ദേഹം വളരുന്നു?
അങ്കേശനാമീ ഞാനെങ്ങു പിറന്നവനോ?
ഇങ്ങാരറിവൂ ഞാനാരേങ്ങെന്റെ വംശമെന്നോ?
മാതാവ് രാധ താനോ? താതനതിരഥനോ?

5

കഥകളിദേവതയുടെ അനുഗ്രഹം

കൊട്ടാരക്കര ഗംഗ

തമിഴ്നാട്ടിലെ നാഗർകോവിലിൽ, സുബ്രഹ്മണ്യ അയ്യരുടേയും പാർവതി അമ്മാളിന്റേയും മകളായി ജനിച്ച ഗംഗ എന്ന സാധാരണക്കാരി ഇന്ന്, കൊട്ടാരക്കര ഗംഗ എന്ന നിലയിലേക്കു വളർന്നതിനു പിന്നിൽ കഠിനപ്രയത്നത്തിന്റെയും നിശ്ചയദാർഢ്യത്തിന്റയും നീണ്ട കാലഘട്ടത്തിലെ അനുഭവത്തിന്റെയും ചൂടുണ്ട്. 1952-ൽ ജനിച്ച ഗംഗയുടെ കുട്ടിക്കാലം മുഴുവൻ അപ്പൂപ്പനും അമ്മൂമ്മയ്ക്കും ഒപ്പമാണു ചെലവിട്ടത്. ആ കാലയളവിൽ മറ്റു കുട്ടികൾക്കൊപ്പം കുറച്ചു നൃത്തം പഠിച്ചു. അങ്ങനെ പഠിച്ചത് അവിടെ അവസാനിക്കുകയും ചെയ്തു. പത്താം ക്ലാസുവരെ അപ്പുപ്പനും അമ്മുമ്മയും വളർത്തിയ കുട്ടി, 1968-ൽ എസ്എസ്എൽസി പാസായ ശേഷം അച്ഛനും അമ്മയ്ക്കും ഒപ്പം താമസിക്കാനായി കൊല്ലത്ത് എത്തി. തുടർന്ന് പ്രീഡിഗ്രിക്ക് എസ്.എൻ കോളേജിൽ ചേർന്നു. അതു കഴിഞ്ഞ്, ഫാത്തിമ മാതാ നാഷണൽ കോളേജിൽ നിന്നും ബി.എസ്.സി. കെമിസ്ട്രി പാസായി.

ഈ സമയത്താണ് ബാങ്ക് ഓഫീസർ ആയ അച്ഛനു തിരുവനന്തപുരത്തേക്കു ട്രാൻസ്ഫർ ലഭിക്കുന്നത്. 1974-ൽ അങ്ങനെ തിരുവനന്തപുരത്തു എത്തിയെങ്കിലും അമ്മയുടെ ഹൃദ്രോഗം ഗംഗ, ജോലിക്കു പോകുന്നതിനെ തടഞ്ഞു. അമ്മയെ ഒപ്പം നിന്നു പരിചരിക്കാൻ ഒരാൾ വേണ്ടിയിരുന്നു. രണ്ടു വർഷത്തിനുള്ളിൽ അമ്മ മരിച്ചു. 1977-ൽ ആണ് കൊട്ടാരക്കരയിൽ സൂര്യനാരായണനുമായുള്ള വിവാഹം നടന്നത്. തുടർന്ന് അക്കാലത്തെ ഏതൊരു കുടുംബിനിയേയും പോലെ കുടുംബം, കുഞ്ഞുങ്ങൾ എന്ന നിലയിലേക്കു കാര്യങ്ങൾ എത്തി നിന്നു. 1982 ആകുമ്പോഴേക്കും മൂന്നു കുട്ടികളുടെ അമ്മയായി ഗംഗ. ഏറ്റവും ഇളയ കുഞ്ഞിന് പ്രായം ഒരു വയ

സ്. ഈ കാലഘട്ടത്തിന് വളരെ പ്രാധാന്യമുണ്ട്. എന്തെന്നു വെച്ചാൽ അവിടം തൊട്ടാണ് ഒരു വീട്ടമ്മയായ ഗംഗയിൽ നിന്നും കഥകളി കലാകാരിയായ കൊട്ടാരക്കര ഗംഗയിലേക്കുള്ള പരിവർത്തനം ആരംഭിച്ചത്. ഇതു തീർത്തും അപ്രതീക്ഷിതമായിരുന്നു എന്നു തന്നെ പറയണം. തികച്ചും യാദൃച്ഛികമായ സംഭവം ആയിരുന്നു അത്. ഒരു ദിവസം ഗംഗയുടെ കൂട്ടുകാരി ഭദ്ര, പുതിയ ഒരു മോഹം പങ്കുവെക്കാൻ ഗംഗയുടെ അടുത്തെത്തി.

കഥകളി പഠിക്കണം!

അതിന് ഒരു കൂട്ടു വേണം. കൂട്ടുകാരി കൂട്ടെന്ന് ഉദ്ദേശിച്ചത് മറ്റാരേയുമല്ല, ഗംഗയെത്തന്നെയാണ്.

അത്രകാലവും കൊല്ലത്തും പരിസരത്തും ഒക്കെയുള്ള ക്ഷേത്രങ്ങളിൽ ചെന്നു കഥകളി കാണുമായിരുന്നുവെങ്കിലും, എന്താണീ കാണിക്കുന്നത് എന്ന ധാരണയൊന്നും ഗംഗയെന്ന കാഴ്ചക്കാരിക്ക് ഉണ്ടായിരുന്നില്ല. ഏതായാലും ഭദ്രയ്ക്കൊപ്പം കഥകളി പഠിക്കാൻ കൂടിയാൽ, കഥയറിഞ്ഞ് ആട്ടം കാണാം എന്നതിനപ്പുറം ഒരു വേഷം കെട്ടുന്നതിനെക്കുറിച്ച് ഒരു നേരിയ ചിന്ത പോലും ആ രണ്ടു സ്ത്രീകളുടെയും ഉള്ളിലുണ്ടായിരുന്നില്ല. ഭർത്താവിനോട് അനുവാദം ചോദിച്ചു. കാലം എത്ര മുന്നേ ആണെന്നോർക്കണം, ഒരേയൊരു ചവറ പാറുക്കുട്ടി അല്ലാതെ കഥകളിയിൽ ഒരു സ്ത്രീനാമം ആരും കേട്ടിട്ടു കൂടിയില്ല. മാത്രവുമല്ല, വല്ല ഡാൻസോ പാട്ടോ ആണ് അക്കാലത്ത് സ്ത്രീകൾക്കു വിധിച്ചിരുന്നതും. അതു പോലെ ആരും കാണാതെ വീട്ടുമുറ്റത്ത് തിരുവാതിരയോ കുമ്മിയോ കളിക്കാം. മഹാകവി വള്ളത്തോളിന്റെ സംരക്ഷണയിൽ കലാമണ്ഡലത്തിലേക്കു സ്ഥാനക്കയറ്റം കിട്ടിയ ശേഷമാണ് കുറച്ചു സ്ത്രീകളെങ്കിലും മോഹിനിയാട്ടം പഠിക്കാൻ തുടങ്ങിയത്. പെൺകുട്ടികൾക്കു വയസ്സറിയിക്കും കാലം വരെ മോഹം തീർക്കാൻ രണ്ടു ചുവടു വെയ്ക്കാം അതിനപ്പുറം ഒന്നും വേണ്ട എന്ന നാട്ടുനടപ്പും കഥകളി പഠിക്കാൻ തുനിഞ്ഞിറങ്ങിയവരുടെ മുന്നിലുണ്ട്.

എന്നാൽ യാതൊരു എതിർപ്പും ഭർത്താവിന്റെ ഭാഗത്തു നിന്നും ഉണ്ടായില്ല. എന്താണോ ഇഷ്ടം അതു ചെയ്യുക എന്ന അദ്ദേഹത്തിന്റെ നിലപാടാണ് കാര്യങ്ങൾ മാറ്റിമറിച്ചത്. കുടുംബം കൂടെയുണ്ടെങ്കിൽ മറ്റാരാണ് ഒപ്പം വേണ്ടത്? ആരെങ്കിലും ഉണ്ടായാൽ സന്തോഷം, ഇല്ലെങ്കിലോ അതും സന്തോഷം തന്നെ. അങ്ങനെ ആ രണ്ടു സ്ത്രീകൾ, മറ്റു സ്ത്രീകൾക്കു ചിന്തിക്കാനാകാത്ത ഒരു ലക്ഷ്യത്തിനായി ഇറങ്ങിത്തിരിച്ചു, അതും പുരുഷമേധാവിത്വം മാത്രം

നിലകൊള്ളുന്ന കളിയരങ്ങിലേക്ക്. പുരുഷവേഷവും സ്ത്രീവേഷവും പുരുഷന്മാർ തന്നെ കെട്ടിയാടുന്ന ഇടത്തേക്കു ചെല്ലുന്ന സ്ത്രീകൾക്കു വിധിച്ചിരിക്കുന്നത് പരമാവധി പൂതനാമോക്ഷവും, അധികം പദങ്ങൾ ആടിക്കാണിക്കേണ്ടാത്ത സ്ത്രീവേഷങ്ങളുമാണ്. അതിലേറെ നേരം അവരെങ്ങനെ അരങ്ങിൽ നിൽക്കും? അവർക്കതിനാകുമോ? ലോലശരീരമുള്ള ദുർബലകളല്ലേ അവർ? മുൻവിധികൾ ഏറെയുണ്ട് ജനത്തിന്. എന്നാൽ എല്ലാ വിധികളും മുൻവിധികളും കാറ്റിൽപ്പറത്തുന്ന ഒരു വലിയ മാറ്റത്തിന്റെ തുടക്കം അവിടെ ആരംഭിക്കുകയായിരുന്നു.

അങ്ങനെ, ഗംഗയെന്ന മൂന്നു കുട്ടികളുടെ അമ്മയും കൂട്ടുകാരിയും മയ്യനാട് കേശവൻ നമ്പൂതിരി സാറിന്റെ അടുത്ത് എത്തിച്ചേർന്നു. ആശാൻ പഠിപ്പിച്ചു തുടങ്ങി. കുറച്ചു ക്ലാസുകൾ മുന്നോട്ടു പോയപ്പോൾ ആശാൻ പറഞ്ഞു ഇനിയൊന്നു വേഷം കെട്ടിയാലോ? ആശാന്റെ വീടിന് അടുത്തുള്ള ക്ഷേത്രത്തിലെ ഉത്സവത്തിന് ഒരു ചെറിയ വേഷം, എന്താ? എന്ന ചോദ്യത്തിന്, അത്ര നാളും അങ്ങനെ ഒരു ചിന്ത പോലും ഉള്ളിൽ സൂക്ഷിക്കാത്ത രണ്ടുപേരും 'അതിനെന്താ' എന്നൊരു മറുപടി നൽകി. പരീക്ഷയ്ക്കു നന്നായി തയ്യാറെടുക്കുന്ന കുട്ടിക്ക് മുഴുവൻ മാർക്കും കിട്ടണം എന്ന വാശിയും അതുകൊണ്ടുള്ള ഭയവും ഉണ്ടാകും. ഇവിടെ അതിന്റെ ആവശ്യമില്ല. ആശാൻ പറഞ്ഞു, ശിഷ്യർ അത് അനുസരിക്കുന്നു. അത്രതന്നെ.

പരിഭ്രമം കുറച്ചൊക്കെയുണ്ടെങ്കിലും അതൊട്ടുമേ പുറത്തുകാട്ടുന്ന പ്രകൃതമല്ലാത്തതിനാൽ ആശാനും ഉറപ്പിച്ചു, ഭദ്രയും ഗംഗയും അരങ്ങത്തു കയറട്ടെ എന്ന്. അന്നു ഗംഗയ്ക്കു പ്രായം ഇരുപത്തെട്ടോ ഇരുപത്തൊമ്പതോ മാത്രം. എന്നാൽ കാര്യങ്ങൾ എല്ലാം അത്രയ്ക്ക് അനുകൂലമായിരുന്നില്ല. കാര്യം വീട്ടിൽ അവതരിപ്പിച്ചു. ഇത്തവണ ഭർത്താവ് സൂര്യൻ സാർ തന്റെ സംശയം മറച്ചു വെച്ചില്ല. പത്തും പതിനാറും വർഷം പഠിച്ച് നിരന്തരസാധകം ചെയ്തിട്ടാണ് ഒരു കഥകളി നടൻ ഉണ്ടായി വരുന്നത്. ഇതു വെറും പത്തു മാസമേ ആയിട്ടുള്ളൂ. സംഗതി ഒരു അതിസാഹസികതയായി അദ്ദേഹത്തിനു തോന്നി. അവിടെയും ശിഷ്യയ്ക്കു മറുപടി ഉണ്ടായിരുന്നു. ഒന്നാമതു കളിനടക്കുന്നതു സ്വന്തം നാട്ടിലല്ല. നന്നായില്ലെങ്കിൽ ആരും അറിയില്ല, പഠിപ്പും നിർത്താം, നാണക്കേടുമില്ല. നന്നായാൽ, ബാക്കി അപ്പോൾ ആലോചിക്കാം. ആ വാദം ജയിച്ചു. അങ്ങനെ അരങ്ങേറ്റത്തിന്, നരകാസുരവധത്തിലെ ലളിതയായി

ഗംഗ അരങ്ങിലെത്തി. അന്നേ ദിവസം തന്നെ ദുര്യോധനവധത്തി ലെ പഞ്ചാലിയായി ഭദ്രയും കഥകളിയുടെ അരങ്ങിലേക്ക് കാലെ ടുത്തു വെച്ചു. ആശാൻ വേഷമൊക്കെ ഒരുക്കി അരങ്ങത്തേക്കു വിട്ടു, എന്നിട്ട് മിഴി തെറ്റാതെ ശിഷ്യ എന്താണ് അരങ്ങിൽ കാട്ടുന്ന ത് എന്നു നോക്കി നിന്നു. പിന്നീട് രണ്ടു ദിവസത്തിനു ശേഷം ഒരിക്കൽക്കൂടി അരങ്ങിൽ കയറി. അതിനു ശേഷം അദ്ദേഹം പറ ഞ്ഞു, 'ഗംഗ ഇനി സ്ത്രീ വേഷം ചെയ്യേണ്ട.'

അതായിരുന്നു യഥാർത്ഥ മാറ്റത്തിന്റെ ആരംഭം.

അങ്ങനെ പുരുഷവേഷത്തിലേക്ക്. തുടർന്ന് കുറച്ചു വർഷം കൂടി സ്ത്രീവേഷവും പുരുഷവേഷവും കെട്ടി. ഏതാണ്ട് 1986 ആയ തോടെ സ്ത്രീവേഷം കെട്ടുന്നതു പരമാവധി കുറച്ച്, പുരുഷവേ ഷം മാത്രം കെട്ടിത്തുടങ്ങി. അങ്ങനെയിരിക്കെയാണ് നെല്ലിയോ ടു വാസുദേവൻ നമ്പൂതിരിയോടൊപ്പം ചില വേഷങ്ങൾ കെട്ടിയ ത്. ആ കാലഘട്ടത്തിൽ ഗുരുവിന്റെ നിർദ്ദേശപ്രകാരം നെല്ലിയോ ടിന്റെ അടുത്തു നിന്നും ചില വേഷങ്ങൾ പഠിക്കാൻ ചെന്നു. അതു കഴിഞ്ഞ്, ഒരു നരസിംഹ വേഷം കെട്ടണം എന്ന ആഗ്രഹം തോ ന്നി. അങ്ങനെ കലാമണ്ഡലം രാമചന്ദ്രൻ ഉണ്ണിത്താന്റെ സമീപം എത്തി, അദ്ദേഹത്തോടു ശിഷ്യപ്പെട്ടു. അദ്ദേഹമാണ് നരസിംഹം കെട്ടാനുള്ള ചില ചടങ്ങുകളും, ഒപ്പം മുഖത്തെഴുത്തും പഠിപ്പിച്ചത്. അങ്ങനെ നരസിംഹം കെട്ടാനുള്ള ഇടത്ത് എത്തി. അപ്പോഴുണ്ട് ഒരു പ്രശ്നം, അവിടെ രാമചന്ദ്രൻ ഉണ്ണിത്താനും ഉണ്ട്. സംഘാട കർക്ക് അദ്ദേഹത്തെ കണ്ടപ്പോൾ അദ്ദേഹം കെട്ടിയാൽ മതി നര സിംഹം. പക്ഷേ, അദ്ദേഹം അതിന് അനുവാദം നൽകില്ല, മറിച്ച്, സമയമാകുമ്പോൾ നരസിംഹമായി ഒരാൾ വരും എന്നു മാത്രം പറഞ്ഞു. അന്നത്തെ കളിയിൽ അദ്ദേഹവും ഉണ്ട്. എന്നിട്ടും ആ കളിയിൽ, നരസിംഹം കെട്ടിയത് ഗംഗ തന്നെ ആയിരുന്നു.

നരസിംഹം കെട്ടുന്നതിനു മുൻപു തന്നെ താടി വേഷങ്ങളിലേ ക്കു പ്രവേശിച്ചു കഴിഞ്ഞിരുന്നു ഗംഗ. കേശവൻ നമ്പൂതിരി സാറി ന്റെ ദീർഘദൃഷ്ടി അവിടെ ശിഷ്യയ്ക്ക് അനുഗുണമായി എന്നു തന്നെ പറയേണ്ടിയിരിക്കുന്നു. അദ്ദേഹം താടിവേഷത്തിന്റെ വലി യ കിരീടം തലയിൽ വെച്ചുകെട്ടി ചെല്ലിയാട്ടം നടത്തിച്ചതുകൊ ണ്ട് ആ വലിയ കിരീടം എങ്ങനെയാണു മാനേജ് ചെയ്യേണ്ടത് എന്നൊരു മുൻധാരണ ശിഷ്യക്കും കിട്ടി. അതുപോലെ, അദ്ദേഹ ത്തിന്റെ ചില കടുംപിടുത്തങ്ങൾ ശിഷ്യയ്ക്കു പിൽക്കാലത്ത് ഏറെ സഹായകമായി. അതിലൊന്ന് മുഖത്തെഴുത്തും വെച്ചുമുറു

ക്കലും സ്വയം ചെയ്യണം എന്നതായിരുന്നു. അണിയറയിൽ അതിനായി ഒരു സഹായിയെ നൽകാനാവില്ല എന്ന കടുത്തനിലപാട് ശിഷ്യയെ സ്വയംപര്യാപ്തതയിലേക്കു നയിച്ചു. അതോടെ വേഷം കെട്ടാൻ പെണ്ണായതിനാൽ പരിമിതിയുണ്ട്, സഹായി വേണം എന്ന അവസ്ഥ മാറിക്കിട്ടി. തുടർന്ന്, ധാരാളം വേദികൾ, ആശാന്മാർക്ക് ഒപ്പവും അല്ലാതേയും ഗംഗയ്ക്കു മുന്നിൽ തുറന്നുവന്നു.

മൂവായിരത്തിലധികം വേദികളിൽ വേഷം അവതരിപ്പിച്ചു എന്ന കാര്യം ഇന്ന് അഭിമാനത്തോടെ തിരിഞ്ഞു നോക്കുമ്പോഴും വിസ്മരിക്കാനാകാത്ത ഒരു യഥാർത്ഥ്യമുണ്ട്, ശാരീരികമായ പ്രതിസന്ധികൾ അലട്ടിയപ്പോഴും അവർ ഏറെ ശാരീരിക മാനസിക ആയാസമുള്ള കത്തി, കരി, വേഷങ്ങൾ ചെയ്യാനുള്ള ഏതൊരു അവസരവും പരമാവധി പ്രയോജനപ്പെടുത്തി. കലാമണ്ഡലം കൃഷ്ണൻനായർ ആശാനോടൊപ്പം വിവിധ വേദികളിൽ നിറഞ്ഞാടി. അതിൽ മറക്കാനാകാത്തത് കൊട്ടാരക്കര ഗണപതി ക്ഷേത്രത്തിൽ നടന്ന നളചരിതം മൂന്നാം ദിവസത്തിൽ കൃഷ്ണൻനായർ ആശാനൊപ്പം കാർക്കോടകനായി വേഷം കെട്ടിയതാണ്. ആ കളി തീർന്നപ്പോൾ അശാൻ അടുത്തുവിളിച്ച് അഭിനന്ദിച്ചു. കൃഷ്ണൻനായർ ആശാനൊപ്പം വേഷം കെട്ടാൻ ഇടയായ സംഭവം, കലാകാരി ഓർത്തെടുത്തു. ആ കഥ ഇങ്ങനെയാണ്.

കൊട്ടരക്കര ഗംഗ എന്ന കഥകളി കലാകാരിയുടെ പിറവിയുടെ കാരണക്കാരനായ ഗുരു മയ്യനാട് കേശവൻ നമ്പൂതിരി സാറിനോട് ഒരു ദിവസം ശിഷ്യ ചോദിച്ചു, 'അല്ല, ആശാൻ മാത്രം കൃഷ്ണൻനായരാശാനൊപ്പം വേഷം കെട്ടുന്നു, എന്തേ ഞങ്ങൾക്ക് അദ്ദേഹത്തോടൊപ്പം അരങ്ങത്തെത്താൻ അങ്ങനെയൊരു അവസരം നൽകുന്നില്ല?'

അത് ഗുരു കാര്യമായിത്തന്നെ പരിഗണിച്ചു. അങ്ങനെയാണ് കൊട്ടാരക്കര ഗണപതിയുടെ മുന്നിൽ വേഷം കെട്ടാനുള്ള സാഹചര്യം ഒരുങ്ങിയത്. ഒന്നുണ്ട്, ഇന്നും തിരിഞ്ഞു നോക്കുമ്പോൾ അപൂർവമായ ഒരു ഗുരുത്വത്തിന്റെ, അനുഗ്രഹത്തിന്റെ ബാക്കിപത്രമാണ് അദ്ദേഹത്തോടൊപ്പം നിറഞ്ഞാടിയ അരങ്ങുകൾ എന്നവർ കരുതുന്നു. അതിലേറെ, ഒരു സാധാരണ കഥകളി കലാകാരൻ പോലും നിശ്ചയമായും പരിഭ്രമിക്കും കലാമണ്ഡലം കൃഷ്ണൻനായർ എന്ന മഹാപ്രതിഭയ്ക്കൊപ്പം ഒരു വേദി പങ്കിടാൻ. അവിടെയാണ് ഒരു സ്ത്രീ സധൈര്യം, കത്തിവേഷത്തിന്റെ ചടുലത ആവാഹിച്ച് ഒപ്പത്തിനൊപ്പം നിന്നാടാൻ തയ്യാറാകുന്നതും, മുന്നോ

ട്ടു വരുന്നതും.

കഥകളിയെന്നാൽ വേഷം മാത്രമല്ല, വേഷത്തോളം പ്രാധാന്യ മുണ്ട്, പാട്ടിനും. ഭാവതീവ്രമായ ഗാനത്തിന് സാധ്യതയുള്ള പച്ച, മിനുക്ക് വേഷങ്ങൾക്കു തുല്യമോ അതിലേറെയോ ആരാധകരു ണ്ട് കത്തി, താടി വേഷങ്ങൾക്കു വേണ്ടിയുള്ള ചടുലതാളനിബദ്ധ ആലാപനത്തിനും. വേഷക്കാർക്കുള്ള അത്രയും പ്രാധാന്യം കഥ കളി പദങ്ങൾക്കും, ഗായകർക്കുമുണ്ട്. കലാമണ്ഡലം ഹൈദരാലി, കലാമണ്ഡലം വെൺമണി ഹരിദാസ് തുടങ്ങിയ പേരുകൾ കഥക ളിയോളം അനശ്വരമായി തുടരും. ഹൈദരാലി മാഷിന്റെ പാട്ടിനൊ പ്പം അരങ്ങത്തെത്തുന്നത് മനസ്സിനും ശരീരത്തിനും ഉന്മേഷം തരു ന്ന ഒന്നായിരുന്നുവെന്ന് കലാകാരി ഓർത്തെടുക്കുന്നു. ഓരോ വേദികളിലും അദ്ദേഹത്തിന്റെ പാട്ടുകൾക്ക് ഒരു പ്രത്യേകതയുണ്ടാ യിരുന്നു. അതുപോലെ ഒരേ നാട്ടുകാരും സമപ്രായക്കാരനുമായ കലാമണ്ഡലം സുരേന്ദ്രൻ കലാകാരിയ്ക്കു നൽകിയ പിന്തുണ അളവറ്റതാണ്. അത്തരം വേദികളിൽ മനമറിഞ്ഞു നിറഞ്ഞാടാൻ ആ പിന്തുണ ഇപ്പോഴും ഒട്ടം കുറയാതെ ഒപ്പമുണ്ട്.

ഇരുപത്തൊമ്പതാം വയസ്സിൽ വേഷം കെട്ടാൻ തുടങ്ങിയ സപ ര്യ. അക്കാലഘട്ടങ്ങളിൽ രാത്രി പുലരും വരെയുള്ള കളികൾ ആയിരുന്നു ഉണ്ടായിരുന്നത്. ആ സമയത്ത് മൂന്ന് കുട്ടികളെയും നോക്കിയതും വളർത്തിയതും ഭർതൃമാതാവും പിതാവും ചേർന്നാ യിരുന്നു. മൂത്തകുട്ടി ഇടയ്ക്കിടയ്ക്ക് കഥകളി നടക്കുന്ന സ്ഥലങ്ങ ളിൽ ഭർത്താവിനോടൊപ്പം വരികയും ചെയ്യുമായിരുന്നു. മൂന്നു മക്കളിൽ മൂത്ത കുഞ്ഞ്, 1986 ൽ മരണമടഞ്ഞു.

രണ്ട് കുട്ടികളിൽ പ്രതാപ് കൊട്ടാരക്കര ഹൈസ്കൂളിൽ ഗണി താധ്യാപകൻ ആയി ജോലി ചെയ്യുന്നു. മകൾ സൂര്യചിത്ര, പൂയപ്പ ള്ളി ഹൈസ്കൂളിൽ ഗണിതാധ്യാപികയായി ജോലി ചെയ്യുന്നു.

ജീവിതത്തിന്റെ മുന്നോട്ടുള്ള പ്രയാണത്തിനിടയിൽ പലതരത്തി ലുള്ള ആരോഗ്യപരമായ പ്രതിസന്ധികളെ ഈ കലാകാരി നേരി ടുകയും അതിജീവിക്കുകയും ചെയ്തു. വാർദ്ധക്യമാണത്രേ! മുട്ടു വേദന, കഴുത്തുവേദന എന്നൊക്കെ പരാതിയുടെ മടിശ്ശീലക്കെട്ട ഴിക്കുന്ന സാധാരണക്കാരിയല്ലല്ലോ ഈ കലാകാരി, അവർക്കു മുന്നിൽ അസുഖങ്ങൾ മുട്ടുമടക്കാതെ എങ്ങനെ?

ഒഴിവുസമയങ്ങളിൽ കുട്ടികളെ കണക്കു പഠിപ്പിക്കുക എന്നുള്ള താണ് ഈ കലാകാരിയുടെ ഒരു ഹോബി എന്നത് വിരോധാഭാസ മായിത്തോന്നാം. അത് ഇന്നും നിർബാധം തുടരുന്നു. കുടുംബ

ത്തിന്റെ പൂർണമായ പിന്തുണയില്ലാതിരുന്നെങ്കിൽ ഗംഗ ഒരു സാദാ വീട്ടമ്മ മാത്രമായി മാറുമായിരുന്നു. അച്ഛൻ, അമ്മ, ഭർത്താവിന്റെ അമ്മ, അച്ഛൻ, ഭർത്താവ്, കുട്ടികൾ നല്ലവരായ ബന്ധുക്കളും നാട്ടുകാരും അവരുടെയൊക്കെ പൂർണമായ പിന്തുണയും ഈ കലാകാരിയെ വാർത്തെടുക്കുന്നതിൽ മുഖ്യ പങ്കുവഹിച്ചു.

ജീവിതത്തിൽ അംഗീകാരങ്ങൾ പലമട്ടിൽ ഈ കലാകാരിയെ ത്തേടിയെത്തി. 1998-ൽ തിരുവിതാംകൂർ രാജാവ്, 'എക്സലൻസ് ഇൻ താടി റോൾസ്' എന്ന പുരസ്ക്കാരം നൽകി ആദരിച്ചു. അത് തുടക്കം മാത്രമായിരുന്നു. പിന്നീട് അനേകം പുരസ്കാരങ്ങൾ, അതിൽ താടി വേഷക്കാർക്കു മാത്രം നൽകുന്ന രൗദ്ര ശ്രീ എന്ന പുരസ്ക്കാരവും ഈ അതുല്യ കലാകാരിയെ തേടി എത്തി. ഏറ്റവും അവസാനമായി പാലക്കാട് ജില്ലയിലെ മുതലപ്പാറ ഭഗവതി ക്ഷേത്രം ട്രസ്റ്റ് കഥകളിയിലെ സംഭാവനകളെ മാനിച്ചുകൊണ്ട് ഈ വർഷത്തെ ശ്രീചക്രം അവാർഡ് നൽകി ആദരിച്ചു.

ആദ്യം ഭർത്താവിൽ നിന്ന്, പിന്നീട് കുടുംബം, ഒപ്പം നാട്ടുകാർ ഒന്നടങ്കം ഇന്നും എഴുപതാം വയസ്സിലും അരങ്ങിൽക്കയറാൻ ഈ കലാകാരിക്കു പ്രചോദനമേകുന്നു.

സ്ത്രീകളെ സംബന്ധിച്ച് കെട്ടിയാടാൻ അല്പം പ്രയാസമുള്ള ഉദ്ധതവേഷങ്ങളാണ് കൊട്ടാരക്കര ഗംഗ കൈകാര്യം ചെയ്യുന്നത്. ഏതാണ്ട് തൊണ്ണൂറിൽപ്പരം വേഷങ്ങൾ, ചുവന്ന താടി, കരിവേഷങ്ങൾ അങ്ങനെ ഏതാണ്ട് എല്ലാ വേഷങ്ങളും ഗംഗ എന്ന ഈ അതുല്യ കലാകാരിയുടെ കൈയ്യിൽ ഭദ്രമാണ്. ഇപ്പോൾ മൂവായിരത്തിൽപ്പരം വേദികൾ പിന്നിട്ടിരിക്കുന്നു അവർ. ഒപ്പം, പ്രായം എഴുപതു പിന്നിടുന്നു. അപ്പോഴും അവർ പറയുന്നത്, കഥകളിയുടെ സംഘാടകരും ആസ്വാദകരും സഹകളിക്കാരും എന്നും പ്രചോദനമേകി തന്റെ ഒപ്പം നിന്നിട്ടേ ഉള്ളൂ, അതുകൊണ്ടുതന്നെ ആരോഗ്യം അനുവദിക്കുന്ന അവസാന നിമിഷം വരേയും അരങ്ങത്ത് നിലകൊള്ളാനാകണം എന്നാണ്.

കലാമണ്ഡലം കൃഷ്ണൻ നായർ, കലാമണ്ഡലം ഗോപി, അങ്ങനെ കഥകളി രംഗത്തെ അതികായരോടൊപ്പം വേദികളിൽ ഇവർ തന്റെ കലാവൈഭവം പങ്കിട്ടിരിക്കുന്നു. ഒരാൾക്കു പോലും, ഒരു വട്ടം പോലും 'പ്രതിഭയില്ല മാറി നിൽക്കൂ...' എന്നു പറയേണ്ടി വന്നിട്ടില്ല ഈ കലാകാരിയോട്.

വളർന്നു വരുന്ന പെൺകഥകളി പഠിതാക്കളോട് ഒരേ ഒരു കാര്യമാണ് ഈ ഗുരുസ്ഥനീയക്കു പറയാനുള്ളത്, 'കല പഠിക്കാൻ

കഴിയുമെങ്കിൽ പഠിക്കണം, നിങ്ങൾ ധാരാളം കളികൾ കാണണം, ഒപ്പം ഗുരുസ്ഥാനീയരോട് നന്നായി സ്നേഹത്തോടെ ഇടപെട്ട് അവരിൽ നിന്നും കൂടുതലായി കാര്യങ്ങൾ പഠിക്കണം മനസ്സിലാക്കണം.'

○○

ഏണാങ്കനിളങ്കാറ്റും വീണാ വേണുനാദവും
ചേണാർന്ന കുസുമാദി ഇവകളെല്ലാം
പ്രാണവല്ലഭമാരേ! കാണിനേരം നിങ്ങളെ
കാണാഞ്ഞാൽ പരിതാപം വളർക്കുന്നു, സുഖമിപ്പോൾ

6

രാജകലയുടെ രാജകീയ മുഖം;

ഗീതാവർമ്മ

കലകളുടെ ഈറ്റില്ലമായ തൃപ്പൂണിത്തുറയിൽ 1964-ൽ ആണ് ഗീതാവർമ്മയുടെ ജനനം. വിദ്യാഭ്യാസകാലഘട്ടത്തിൽത്തന്നെ ഗീതാവർമ്മയുടെ മനസ്സിൽ കഥകളിയോടുള്ള അടങ്ങാത്ത ആവേശം അലയടിച്ചിരുന്നു. മുത്തച്ഛനും അമ്മയും ആയിരുന്നു കലയുടെ വഴിയിൽ ഗീതവർമ്മയ്ക്കു കൂട്ടായി എന്നും നിലകൊണ്ടത്. മേളത്തിനും താളത്തിനും സംഗീതത്തിനും നൃത്തത്തിനും അഭിനയത്തിനും പ്രാധാന്യമുള്ള, വേഷസൗന്ദര്യത്തിന്റെ ഉത്തുംഗതയിൽ നിൽക്കുന്ന കഥകളിയോടായിരുന്നു ചെറുപ്പം മുതലേ ഗീതയെന്ന പെൺകുട്ടിക്ക് ആകർഷണം തോന്നിയത്. അങ്ങനെ ചെറുപ്പത്തിൽത്തന്നെ ഗീതവർമ്മ എന്ന കലാകാരി തൃപ്പൂണിത്തുറയിലെ കഥകളി അരങ്ങുകളിലെ സജീവസാന്നിധ്യമായി മാറി.

ആർ.എൽ.വി. ശിവദാസ് ആശാനായിരുന്നു ആദ്യ ഗുരു. എന്നാൽ ആ ഗുരുവിന്റെ സാമീപ്യം അധികകാലം തുടർന്നു പോകുവാൻ ജഗദീശ്വരൻ അനുവദിച്ചില്ല. പഠനം തുടങ്ങി അഞ്ചു വർഷം പിന്നിട്ടപ്പോൾ ആർ.എൽ.വി. ശിവദാസ് ആശാൻ അന്തരിച്ചു. തുടർന്ന് ആർ.എൽ.വിയിൽ നിന്നും പഠനം പൂർത്തിയാക്കിയ ദാമോദര പിഷാരടിയുടെ കീഴിൽ ശിക്ഷണം തുടർന്നു.

തൃപ്പൂണിത്തുറ ക്ഷേത്രോത്സവത്തിന് ഏഴു ദിവസം രാവു പുലരുവോളം നീണ്ടു നിൽക്കുന്ന കഥകളി ഉണ്ടാകുമായിരുന്നു, കൂടാതെ സാംസ്കാരിക കൂട്ടായ്മയുടെ ചിഹ്നമായി മാറിയ ദേശത്തെ ക്ലബ്ബുകളിലും കഥകളിയും സ്ഥിരമാണ്. ഇങ്ങനെ വർഷത്തിൽ ഏകദേശം നൂറു ദിവസത്തോളം കഥകളി നടക്കുന്ന ഒരു പ്രദേശത്ത് ഗീതാവർമ്മയെന്ന കഥകളിയെ സ്നേഹിക്കുന്ന കുട്ടി അതിൽ

നിന്നും വിട്ടു നിൽക്കുന്നതെങ്ങനെ?

അങ്ങനെ തുടർപഠനം ആരംഭിച്ചു.

പതിമൂന്നാം വയസ്സിൽ, ഏഴാം ക്ലാസിൽ പഠിക്കുന്ന സമയത്ത് 1975 നവംബർ മാസത്തിൽ പകുതി പുറപ്പാടോടെ ഗീതാവർമ്മ അരങ്ങേറ്റം കുറിച്ചു. അരങ്ങേറ്റത്തിന് ആറുമാസം മുൻപാണ് 1975 മെയ് മാസത്തിൽ തൃപ്പൂണിത്തറ കേന്ദ്രീകരിച്ച് ആദ്യമായി കേരളത്തിൽ വനിതാകഥകളി സംഘം രൂപീകൃതമായത്. ഭാഗ്യമെന്ന് പറയട്ടെ 1975 ഡിസംബർ മാസം മുതൽ വനിതാകഥകളി സംഘവുമായി ചേർന്നു പ്രവർത്തിക്കാൻ ഗീതാവർമ്മയ്ക്കു കഴിഞ്ഞു. ഈ കാലഘട്ടത്തിൽ വനിതകൾ കഥകളി മേഖലയിൽ കുറവായിരുന്നു എന്നു നാം ഓർക്കണം. ആയതിനാൽ രാത്രി മുഴുവൻ നീണ്ടു നിൽക്കുന്ന നളചരിതം പോലുള്ള കഥകൾക്കു പകരം ചെറിയ കഥകൾ ആയിരുന്നു വനിതാസംഘത്തിനു ലഭിച്ചിരുന്നത്. ഏകദേശം അഞ്ചോ ആറോ പേർ മാത്രമായിരുന്നു ആ സമയത്ത് കഥകളി രംഗത്ത് വനിതകളായി ഉണ്ടായിരുന്നതും. ആ കളികളിൽ കുട്ടിത്തരം വേഷങ്ങൾ ചെയ്യാനുള്ള അവസരം ഗീതാവർമ്മയ്ക്കു ലഭിച്ചു. അതൊരു ഭാഗ്യമായി ഈ കലാകാരി എന്നും മനസ്സിൽ സൂക്ഷിക്കുന്നു.

1985 കാലഘട്ടം മുതൽ മുഴുനീള കഥകളികൾ ഏറ്റെടുത്ത് വനിതാ സംഘം മുന്നേറി. അപ്പോൾ ഗീതാവർമ്മ, കുട്ടിത്തരം വേഷങ്ങളിൽ നിന്ന് ഇടത്തരം വേഷങ്ങളിലേക്കു ചുവടുമാറ്റി. ക്രമേണ ആ ഇടത്തരം വേഷങ്ങളിൽ നിന്നും ഏറ്റവും പ്രമുഖമായ വേഷത്തിലേക്ക് മാറ്റപ്പെട്ടു. കഥകളിയോടുള്ള ഗീതാവർമ്മയ്ക്കുള്ള അർപ്പണബോധമാണ് അതിലേക്ക് ആ കലാകാരിയെ നയിച്ചത്.

കഥകളി കണ്ടുപഠിക്കേണ്ട ഒരു കലയാണ്. കാരണം, പഠിച്ച കാര്യങ്ങൾ ഓരോ കലാകാരന്മാരും ഏതു പ്രകാരത്തിലാണ് അരങ്ങത്ത് കെട്ടിയാടുന്നത് എന്നത് അരങ്ങത്ത് അവതരിപ്പിക്കുന്നതു കണ്ടുമാത്രമേ തുടക്കക്കാർക്കു പഠിക്കാനാകൂ. ഓരോ ആശാന്മാർക്കും അവരുടേതായ പ്രത്യേകതയുണ്ടാവും. അവ നിരന്തരം കണ്ട്, സ്വയം മനോധർമം രൂപപ്പെടുത്തി, സ്വന്തം ശൈലി സൃഷ്ടിച്ച്, അതിലെ തെറ്റുകുറ്റങ്ങൾ ആശാന്മാരോടു ചോദിച്ചു തിരുത്തി, അതു കാണികൾക്കു രസിക്കും വിധം അവതരിപ്പിക്കുമ്പോഴാണ് ഒരു യഥാർത്ഥ കഥകളി കലാകാരൻ രൂപം കൊള്ളുന്നത്. ഗുരുമുഖത്ത് നിന്ന് കിട്ടുന്ന വിദ്യയോടൊപ്പം തന്നെ കളി കണ്ടുപഠിക്കുന്നതിനും അതുകൊണ്ടാണ് പ്രാധാന്യം വരുന്നത്. ഗീതാവർമ്മ

എന്ന കഥകളി കലാകാരിയും രൂപം കൊണ്ടത് ചിട്ടയായ പഠനത്തോടൊപ്പം നിരന്തരം കളി കണ്ടുമാണ്. കേരളത്തിൽ അങ്ങോളമിങ്ങോളമുള്ള കളിയരങ്ങുകളിൽ കളി കാണാനായി പോയിട്ടുണ്ട് ഗീതാവർമ്മ. കുമാരനെല്ലൂർ, ചേർത്തല, പെരുമ്പാവൂർ, അങ്കമാലി, മൂവാറ്റുപുഴ, ചിറ്റൂർ എന്നീ സ്ഥലങ്ങളിലെല്ലാം യാത്ര ചെയ്തു കഥകളി കാണുന്ന പതിവ് ഗീതാവർമ്മയ്ക്ക് ഉണ്ടായിരുന്നു.

1990-ൽ കഥകളിയോട് ആഭിമുഖ്യമുള്ള ഒരു കുടുംബത്തിലെ അംഗവും, കഥകളി നടനുമായ രമേശ് വർമ്മയുമായായിരുന്നു ഗീതാവർമ്മയുടെ വിവാഹം നടന്നത്. കാലടി സംസ്കൃത സർവ്വകലാശാലയിലെ നാടകവിഭാഗത്തിൽ സീനിയർ അധ്യാപകനായിരുന്നു അദ്ദേഹം. വിവാഹാനന്തര ജീവിതം തെല്ലൊന്നുമല്ല ഗീതാവർമ്മയെ കഥകളിയിൽ ചുവടുറപ്പിക്കുന്നതിന് സഹായിച്ചത്. മുൻപ് തന്നെ ചേച്ചി, രാധികാവർമ്മയും കഥകളി രംഗത്തു സജീവമായിരുന്നു എന്ന കാര്യവും എടുത്തു പറയേണ്ടതാണ്. കേരളത്തിലെ ആദ്യത്തെ വനിതാകഥകളി സംഘത്തിന്റെ മുഖ്യസംഘാടകനായിരുന്നു ഗീതാവർമ്മയുടെ ഭർതൃപിതാവ്. അതുകൊണ്ടുതന്നെ കഥകളി പഠനം സജീവമായി തുടരുവാൻ ഗീതാവർമ്മയ്ക്കു സാധിച്ചു. ഒരു സ്ത്രീ എന്ന നിലയിൽ കുടുംബത്തോടുള്ളത്രയും പ്രതിബദ്ധത കലയോടും ഉണ്ടെന്നുള്ളത് ഗീതാവർമ്മയുടെ കലാജീവിതത്തിന്റെ വിജയത്തിന് ആധാരമാണ്.

സാധാരണനിലയിൽ ഒരു കലാകാരൻ കെട്ടാൻ ആഗ്രഹിക്കുന്ന പച്ച, കത്തി, കരി, താടി എന്നിങ്ങനെയുള്ള എല്ലാ വേഷങ്ങളും വളരെ സമർത്ഥമായി വേദികളിൽ അവതരിപ്പിക്കാൻ ഗീതാവർമ്മയ്ക്കു കഴിഞ്ഞിട്ടുണ്ട്. കർണ്ണശപഥം, നളചരിതം കല്യാണസൗഗന്ധികം, ദുര്യോധനവധം, ദക്ഷയാഗം, നിഴൽ കുത്ത്, കിർമ്മീരവധം, അർജുന വിഷാദവൃത്തം, ഖരവധം എന്നീ കഥകളിലെല്ലാം ഗീതാവർമ്മ മുഖ്യവേഷം ആടിയിട്ടുണ്ട്.

ഗീതാവർമ്മയുടെ കലാജീവിതത്തിൽ ഏറിയ പങ്കും വനിതാകഥകളി സംഘത്തിലെ കലാകാരികളോടൊപ്പമായിരുന്നുവെങ്കിൽപ്പോലും മാത്തൂർ ഗോവിന്ദൻകുട്ടി ആശാൻ, ചങ്ങാരപ്പള്ളി അനിൽ ആശാൻ, ഷാരടി വാസു ആശാൻ, ഫാക്ട് പത്മനാഭൻ ആശാൻ എന്നിവരോടൊപ്പം വേഷമിടാൻ സാധിച്ചു എന്നുള്ളത് ജീവിതത്തിലെ സുപ്രധാന നിമിഷമായി അവർ എണ്ണുന്നു.

ആർ.എൽ.വി. ശിവദാസ് ആശാന്റെ മരണശേഷം, ദാമോദര പിഷാരടി ആയിരുന്നു ഗുരു. എന്നാൽ ആദ്യ അവസാന വേഷം

കെട്ടാൻ ഗീതാവർമ്മയെ പ്രാപ്തയാക്കിയത് ഫാക്ട് പത്മനാഭൻ ആശാൻ ആയിരുന്നു. ഇപ്പോഴും ആ ഗുരുവിന്റെ സമക്ഷത്താണ് എല്ലാവിധ പാഠങ്ങളും പുതുക്കുന്നതും മിനുക്കുന്നതും കാലാനുസൃതമായ മാറ്റങ്ങൾ വരുത്തുന്നതും.

1975-ൽ തുടങ്ങിയ ഈ കലാസപര്യ 2023-ലെത്തി നിൽക്കുമ്പോൾ കേരളത്തിൽ അങ്ങോളമിങ്ങോളമായി 1500-ൽ അധികം അരങ്ങുകളിൽ വേഷമിടുവാൻ സാധിച്ചുവെന്നുള്ളത് ഗീതാവർമ്മയുടെ ജീവിതത്തിലെ അവിസ്മരണീയമായ ഒരു നേട്ടമാണ്.

അംഗീകാരങ്ങളിലെ വ്യത്യസ്തത ഈ കലാകാരിയുടെ കലാമികവിനെ മാറ്റുള്ളതാക്കി തീർക്കുന്നു. വെള്ളിനേഴി നാണു നായരാശാന്റെ അനുസ്മരണമായി നടത്തുന്ന താടിയരങ്ങിന്റെ 'രൗദ്രശ്രീ' മുദ്രയാണ് ഗീതയ്ക്ക് ആദ്യമായി ലഭിച്ച അംഗീകാരം. 2017-ൽ വനിതാ കഥകളി സംഘത്തിന് മാലീ ഫൗണ്ടേഷന്റെ 'കർണ്ണശപഥം' അവാർഡ് ലഭിച്ചപ്പോൾ കർണ്ണശപഥത്തിലെ കർണ്ണനെ കഥകളിപ്രേമികളുടെ മനസ്സിൽ അവിസ്മരണീയമാക്കിയ ഗീതാ വർമ്മയ്ക്ക് ഫൗണ്ടേഷൻ പ്രത്യേക പുരസ്കാരം നൽകിയാദരിച്ചു. കോഴിക്കോട് തോടയം കഥകളി ക്ലബ്ബിന്റെ പ്രഥമ വനിതാരത്നം പുരസ്കാരം, ചാലക്കുടി കഥകളി ക്ലബ്ബിന്റെ പ്രത്യേക പ്രശംസാപത്രം എന്നിവയും ഈ കലാകാരിയുടെ കഴിവിന്റെ അംഗീകാരങ്ങളായി ലഭിച്ചവയാണ്.

കഥകളി അരങ്ങുകളിൽ മറക്കാനാകാത്ത അനുഭവങ്ങൾ ഉണ്ടാകുക എന്നാൽ ഒരു കലാകാരിയെ സംബന്ധിച്ചിടത്തോളം വിജയത്തിന്റെ പടവുകൾ കയറുകയെന്നാണ്. ഒരിക്കൽ ഓയൂർ ക്ഷേത്രത്തിൽ കഥകളി അവതരിപ്പിക്കാനായി എത്തിയ സമയത്ത് കളി കാണുവാനായി ഓയൂരാശാൻ എത്തുകയുണ്ടായി. പ്രായാധിക്യം കൊണ്ട് അണിയറയിൽ എത്തിയ അദ്ദേഹം അണിയറ ഒന്ന് ചുറ്റി കണ്ട് പോകാം എന്ന് കരുതി നിന്നു. നളചരിതം ആയിരുന്നു കഥ. കളി തുടങ്ങി. ഗീതാവർമ്മ നളനും പ്രമീളാ ദേവിയുടെ ഹംസവും. നളനും ഹംസവുമായുള്ള ആദ്യരംഗം കഴിഞ്ഞ് ഗീതാവർമ്മ അണിയറയിൽ എത്തിയപ്പോൾ ആശാൻ തോളത്തു തട്ടി അഭിനന്ദിച്ചുകൊണ്ട് പറഞ്ഞു, 'എനിക്ക് വയ്യെങ്കിലും ഈ കളി പൂർണ്ണമായും കണ്ടേ ഞാൻ മടങ്ങൂ' എന്ന്. അന്നത്തെ നളനും ദമയന്തിയ്ക്കും ലഭിച്ച പത്മശ്രീ അവാർഡ് ആയിരുന്നു ഓയൂരാശാന്റെ ഈ വാക്കുകൾ.

മറ്റൊരു മറക്കാനാവാത്ത സംഭവം, കോങ്ങാട് ക്ഷേത്രത്തിൽ

നടന്ന ദക്ഷയാഗം കഥകളിക്കിടെ ആയിരുന്നു. ദക്ഷയാഗം കഥയ്ക്ക് മുൻപു നടന്ന 'രാവണവിജയ'ത്തെ വിജയമാക്കി മാറ്റി അണിയറയിൽ തിരിച്ചെത്തിയ ഷാരടി വാസു ആശാൻ പ്രായാധിക്യം കൊണ്ട് നന്നേ ക്ഷീണിതനായിരുന്നു. എന്നിട്ടും ശാരീരികമായ അസ്വസ്ഥതകൾ മാറ്റിവെച്ച് ഗീതാവർമ്മ അവതരിപ്പിച്ച ദക്ഷൻ പൂർണമായും കണ്ടശേഷം മാത്രമാണ് അദ്ദേഹം മടങ്ങിയത്. ഇതും ഒരു കലാകാരിക്ക് ലഭിക്കാവുന്ന ഏറ്റവും വലിയ അംഗീകാരമായിരുന്നുവെന്ന് അവർ കരുതുന്നു.

ആധുനിക കാലഘട്ടത്തിൽ കലാകാരന്മാരുടെ കാഴ്ചപ്പാടിൽ വലിയ മാറ്റങ്ങളാണ് സംഭവിച്ചിട്ടുള്ളത്. പണ്ട് ആശാന്മാർ പഠിപ്പിച്ചത് മാത്രമായിരുന്നു കലാകാരന്മാർ അരങ്ങത്ത് അവതരിപ്പിച്ചിരുന്നത്. ആശാന്മാരെ മറികടന്ന് ഒന്നും ചെയ്യാൻ അക്കാലഘട്ടത്തിലെ കലാകാരന്മാർ തയ്യാറായിരുന്നില്ല. കൂടാതെ ഒപ്പം കൂട്ടുവേഷം ചെയ്യുന്ന സീനിയർ കലാകാരന്മാരെയും മറികടന്ന് ഒന്നും ചെയ്യുകയുമില്ല. ഇവയൊക്കെ ഇന്ന് മാറ്റിയെഴുതപ്പെട്ടിരിക്കുന്നു. ഇന്ന് പൊതുവിദ്യാഭ്യാസം എന്നുള്ള നിലയിൽ തന്നെ കഥകളി മാറിയ ഈ സാഹചര്യത്തിൽ എല്ലാ കലാകാരന്മാരും അവരുടെ കഴിവിനനുസരിച്ചിട്ടുള്ള കൂട്ടിച്ചേർക്കലുകൾ വരുത്തി സ്വന്തം യുക്തിക്ക് അനുസരിച്ച് വേഷം നന്നാക്കാനായി ശ്രമിക്കുന്നുണ്ട്.

കലാപഠനം നടത്തുന്ന വിദ്യാർത്ഥികളോട് ഗീതാവർമ്മയ്ക്കു പറയാനുള്ളത്, കലാപഠനം മത്സരാധിഷ്ഠിതമാക്കി മാറ്ററുത് എന്നാണ്. പഠനത്തിനോടൊപ്പം മത്സരവുമാകാം പക്ഷേ, മത്സരിക്കാൻ മാത്രമായി കല അഭ്യസിക്കുന്നത് തികച്ചും തെറ്റായ കാര്യമാണ്. കലയെ ഗൗരവമായി സമീപിക്കുന്ന കുട്ടികൾ ധാരാളം കളി കാണണം. കലാപഠനത്തിനു നാല് ഘട്ടങ്ങളാണ് ഉള്ളത് എന്നാണ് ഗീതാവർമ്മയുടെ അഭിപ്രായം. കാൽഭാഗം അധ്യാപകനിൽ നിന്നും പഠിക്കാം, കാൽഭാഗം കളി കണ്ടു പഠിക്കണം, കാൽ ഭാഗം കളിച്ചു പഠിക്കണം, ബാക്കി കാൽഭാഗം സ്വയം ആർജിക്കണം. ഇങ്ങനെയുള്ള ഒരാൾക്ക് മാത്രമേ ഏതൊരു കലാരംഗത്തും ശോഭിക്കാൻ സാധിക്കുകയുള്ളൂ.

ഭർത്താവ് രമേശ് വർമ്മയും. മകൾ ആർച്ചാവർമ്മയോടുമൊപ്പം തൃപ്പൂണിത്തുറയിലാണ് ഗീതാവർമ്മ സ്ഥിരതാമസമാക്കിയിട്ടുള്ളത്. നിരവധി അരങ്ങുകളിൽ പ്രധാനമായ വേഷങ്ങൾ കഥകളി ലോകത്തിന് സമർപ്പിച്ച കുടുംബമാണ് ഗീതാ വർമ്മയുടേത് എന്നതു മറ്റൊരു പ്രത്യേകത. രമേശ് വർമ്മയും, ആർച്ചാവർമ്മയും

നിരവധി വേഷങ്ങൾ പല വേദികളിലും അവതരിപ്പിച്ചിട്ടുണ്ട്. അതെല്ലാം മധുരസ്മരണകളായി ഈ കലാകാരി പങ്കുവയ്ക്കുന്നു.

ഏതു രംഗത്തും ഉയർന്നുവരണം എന്ന ചിന്തയാണ് ഒരു സ്ത്രീക്ക് ആവശ്യം, പ്രത്യേകിച്ച് ഒരുകാലത്ത് പുരുഷന്മാർക്ക് മാത്രം പ്രവേശനം ഉണ്ടായിരുന്ന കലാമണ്ഡലത്തിന്റെ കഥകളി കളരികൾ ഇന്ന് സ്ത്രീകളുടെയും വേദിയായി കഴിഞ്ഞു. ദുര്യോധനനായും ദുശ്ശാസനനായും പരശുരാമനായും കൃഷ്ണനായും അർജുനനായും നളനായും ഹനുമാനായും വീരഭദ്രനായും കാട്ടാളനായും സ്ത്രീകൾ അരങ്ങു കീഴടക്കുകയാണ്. അതിൽ ഗീതാവർമ്മ എന്ന മുതിർന്ന കലാകാരി അഭിമാനിക്കുന്നു.

○○

*കാതരവിലോചനേ കാതരയാകുവാൻ
കാരണമെന്തെടോ കാമിനിമാർമണേ
ഇന്ദുസമാനാനനം തന്നിൽനിന്നഹോമൃദു-
മന്ദഹാസമാം നറും ചന്ദ്രിക മാഞ്ഞിതോ?*

ഏഴ്

കഥകളിയിലെ താരോദയം;

താരാവർമ്മ

കലയേയും കലാകാരന്മാരേയും എന്നെന്നും കൈപിടിച്ചുയർത്തിയ വാരണക്കോട് കുടുംബത്തിന്റെയും പൂഞ്ഞാർ രാജവംശത്തിന്റെയും പിൻതലമുറക്കാരിയായിട്ടാണ് താരാവർമ്മ ജനിച്ചത്. വാരണക്കോട് സുബ്രഹ്മണ്യൻ നമ്പൂതിരിയുടെ മകളാണ് താര. കഥകളിയെ പ്രോത്സാഹിപ്പിക്കുന്നതിനു വേണ്ടി ഒരു കളിയോഗം തന്നെ ഉണ്ടായിരുന്നു ഈ കുടുംബത്തിൽ. വിശ്വപ്രസിദ്ധ കഥകളി നടനായ കലാമണ്ഡലം കൃഷ്ണൻ നായരാശാനെപ്പോലെ നിരവധി മഹാത്മാക്കളുടെ തുടക്കവും വാരണക്കോട് കഥകളിയോഗത്തിൽ നിന്നാണ്. അവിടെനിന്നാണ് മഹാകവി വള്ളത്തോൾ നാരായണ മേനോൻ കൃഷ്ണൻ നായരാശാനെ കലാമണ്ഡലത്തിലെത്തിച്ചത്. അത്രയ്ക്ക് ബന്ധമാണ് കഥകളിയുമായി വാരണക്കോട് കുടുംബത്തിനുള്ളത്. താരയുടെ കുട്ടിക്കാലം കഥകളിയുടെ വർണവേഷങ്ങൾക്കും ചായക്കൂട്ടുകൾക്കും നടുവിലായിരുന്നു. അതുവഴി ആ കലയോട് അഭേദ്യമായ ഒരാകർഷണം താരയ്ക്ക് തോന്നിയിരുന്നു. മകളുടെ കഥകളിയോടുള്ള അഭിനിവേശം തിരിച്ചറിഞ്ഞ സുബ്രഹ്മണ്യൻ നമ്പൂതിരിയും അദ്ധ്യാപികയായ അമ്മയും മകളുടെ കഥകളി പഠനത്തിന് താങ്ങായും തണലായും നിലകൊണ്ടു. കഥകളി എന്ന ദീപത്തെ വാരണക്കോട് കുടുംബത്തിൽ ഒരു കെടാവിളക്കായി സൂക്ഷിക്കാൻ തീരുമാനിച്ചതിനു തുല്യമായി അത്.

കുട്ടിക്കാലത്ത് ക്ഷേത്രങ്ങളിൽ അമ്മാവന്റെ കൈവിരൽത്തുമ്പിൽ തൂങ്ങി കഥകളി കാണാൻ പോയ രംഗം ഇന്നും നിറമുള്ള ഓർമയായി താരയിൽ നിലനിൽക്കുന്നു. ക്ഷേത്രത്തിലെ രാത്രി മുഴുവൻ നീണ്ട കളികൾ നടക്കുമ്പോൾ കഥകൾ പറഞ്ഞു കൊടുത്ത് കഥകളിയോടുള്ള ആവേശം നിലനിർത്തിയത് അമ്മാവന്മാരായി

രുന്നു. തന്നെയുമല്ല അരങ്ങിൽ നിറഞ്ഞാടുന്ന വേഷങ്ങളിൽ നിന്നും കഥകളിയുടെ ആദ്യപാഠങ്ങൾ താര കണ്ടുപഠിച്ചു. പച്ച വേഷവും സ്ത്രീവേഷവും കാണുന്നതിനുള്ള ഭംഗിയേക്കാൾ താരയെ ആകർഷിച്ചത് കരി, കത്തി, ചുവന്ന താടി എന്നീ വേഷങ്ങളാണ്. അങ്ങനെ അറിഞ്ഞും, കണ്ടും കേട്ടും കഥകളിയോട് ഇഴുകിച്ചേരാൻ താരയ്ക്കു സാധിച്ചു. കാൽ ഉറപ്പിച്ച് ചവിട്ടാൻ പ്രായമാകാതെ എങ്ങനെ കഥകളി പഠനം തുടങ്ങും? ഈ സന്ദർഭത്തിലാണ് നാലാം വയസ്സിൽ ഡാൻസ് പഠനം തുടങ്ങിയത്. ശാസ്ത്രീയനൃത്തം പഠിക്കുന്ന സമയത്ത് താരയുടെ കണ്ണും കാതും കരളും എപ്പോഴും കരിയിലും കത്തിയിലും ചുവന്ന താടിയിലും തന്നെയായിരുന്നു.

ഒമ്പതാം വയസ്സിൽ കലാമണ്ഡലം നെല്ലിയോട് വാസുദേവൻ നമ്പൂതിരിയുടെ കാൽ തൊട്ടുവണങ്ങി അദ്ദേഹത്തിന്റെ ശിക്ഷണത്തിൽ കഥകളി പഠനം തുടങ്ങി. അച്ഛനും അമ്മയും അമ്മാവന്മാരും അടങ്ങുന്ന കുടുംബത്തിന്റെ ശക്തമായ പിന്തുണ താര എന്ന കലാകാരിക്ക് ഏറെ സഹായകമാക്കി. അവൾ, കുടുംബക്ഷേത്രത്തിൽ പുറപ്പാടോടെ അരങ്ങേറ്റം കുറിച്ചു. തുടർന്ന് വിശ്വപ്രസിദ്ധ കഥകളി നടൻ പന്തളം കേരളവർമ്മയുടെ സുന്ദര ബ്രാഹ്മണനോടൊപ്പം രുഗ്മിണിയായി, രുഗ്മിണി സ്വയംവരം കഥകളിയിൽ വേഷമണിഞ്ഞു. തുടർന്ന് ആർ.എൽ.വി ദാമോദരപിഷാരടി ആശാൻ, ഫാക്റ്റ് പത്മനാഭനാശാൻ എന്നിവരുടെ ശിക്ഷണത്തിൽ കൂടുതൽ വേഷങ്ങൾ പഠിക്കാൻ അവസരം ഉണ്ടായി. അവരിൽ നിന്നും പച്ച, കത്തി എന്നിവേഷങ്ങളിൽ കൂടുതൽ അറിവ് നേടി. അവരിൽ നിന്നും പകർന്നു കിട്ടിയ അറിവുകളെ ഒരു കലാകാരിയുടെ കാഴ്ചപ്പാടോടെ ജനങ്ങളിൽ എത്തിക്കാൻ പരമാവധി ശ്രമിച്ചു. അതിന്റെ ഭാഗമായി സ്വന്തമായി ഒരു ശൈലി തന്നെ രൂപപ്പെടുത്താൻ ഈ കലാകാരിക്ക് കഴിഞ്ഞിട്ടുണ്ട്.

മനുഷ്യജീവിതത്തിന് ആധികാരികത വേണമെങ്കിൽ കുടുംബം നിലനിൽക്കണം. അതിനായി പഠനവും ഒപ്പം ഒരു ജോലിയും ആവശ്യമാണെന്ന് ഈ കലാകാരി പൊതുസമൂഹത്തോട് പറയുന്നു. വിദ്യാഭ്യാസം പൂർത്തിയാക്കിയ താരാവർമ്മ, വിവാഹിതയായി. സാമൂഹിക സാംസ്കാരിക രാഷ്ട്രീയ മണ്ഡലങ്ങളിൽ തന്റെ വ്യക്തിത്വം കൊണ്ട് ഒരു പുതിയപാത തന്നെ തുറന്നിട്ട ശ്രീകാന്ത് നായരായിരുന്നു വരൻ. വിവാഹശേഷം താരാവർമ്മ ബാങ്ക് ഉദ്യോഗസ്ഥയായി. ബാങ്കിലെ കണക്കുകൂട്ടലുകൾക്കിടയിലും കഥകളി

യുടെ ഛായക്കൂട്ടുകൾ ആ മനസ്സിൽ നിന്നും മായാതെ നിലനിന്നു.

താരാവർമ്മയ്ക്ക് രണ്ട് പുത്രന്മാരാണ് ഉള്ളത്. രണ്ടു പേരും ഉദ്യോഗസ്ഥരായി സ്വജീവിതം നയിക്കുന്നു. ഒരു വ്യക്തി എന്ന നിലയിൽ സ്വന്തം കുടുംബത്തിനുവേണ്ടി സമയം ചിലവഴിക്കണം എന്ന് ഈ കലാകാരി നമ്മളെ ഓർമിപ്പിക്കുന്നു. അതോടൊപ്പം തന്നെ സ്വന്തം മനസ്സിലെ കലാവാസനകളെ നിലനിർത്തണമെന്ന് വാശിയും വേണമെന്നവർ പറയുന്നു.

മലയാളക്കരയിൽ അങ്ങോളമിങ്ങോളം ഉള്ള ക്ഷേത്രങ്ങൾ, കഥകളി ക്ലബ്ബുകൾ എന്നിവിടങ്ങളിൽ ധാരാളം വേഷങ്ങൾ ഈ കലാകാരി അവിസ്മരണീയമാക്കിയിട്ടുണ്ട്. പച്ച, കത്തി, കരി, താടി, മിനുക്ക് എന്നിവയിലായി എത്രയെത്ര വേഷങ്ങൾ! നളചരിതം ഒന്നാം ദിവസത്തിലെ നളൻ, ദമയന്തി, കർണ്ണൻ, കുന്തി, രുഗ്മാംഗദൻ, മോഹിനി, ദുര്യോധനൻ, കൃഷ്ണൻ, രൗദ്രഭീമൻ, പാഞ്ചാലി, ലളിതമാർ അങ്ങനെയെത്രയെത്ര വേഷങ്ങൾ!

പരിചയസമ്പന്നരോടൊത്തുള്ള പ്രവൃത്തി ഏതൊരു കലയ്ക്കും മുതൽക്കൂട്ടാണ്. കേരളത്തിലെ അറിയപ്പെടുന്ന കഥകളിയാശാന്മാരായ കോട്ടക്കൽ ശിവരാമനാശാൻ, കലാമണ്ഡലം കൃഷ്ണൻ നായരാശാൻ, നെല്ലിയോട് വാസുദേവൻ നമ്പൂതിരി, ഫാക്ട് പത്മനാഭനാശാൻ, കലാമണ്ഡലം ഗോപിയാശാൻ എന്നീ പ്രമുഖരോടൊപ്പം നിരവധി അരങ്ങുകളിൽ കൂട്ടുവേഷം ചെയ്യാനായത് താരാവർമ്മ ജീവിതസൗഭാഗ്യമായാണ് കാണുന്നത്. അവരോടൊപ്പമുള്ള അരങ്ങിലെ അനുഭവങ്ങൾ ഇന്നും താരയ്ക്ക് ഒളിമങ്ങാത്ത ഓർമ്മകളാണ്. കഥകളിരംഗത്ത് പ്രവർത്തിക്കുന്ന ഒരു സ്ത്രീ എന്ന നിലയിൽ സമസ്തമേഖലകളിൽ നിന്നും പരിഗണനയും, സ്നേഹവും അതിലുപരി ആദരവും ഈ കലാകാരിക്ക് ലഭിച്ചിട്ടുണ്ട്.

അരങ്ങിലും, അണിയറയിലും മറക്കാനാകാത്ത നിരവധി മുഹൂർത്തങ്ങളാണ് താരയുടെ കഥകളി ജീവിതത്തിലുണ്ടായത്. നാലാം മാസം ഗർഭാവസ്ഥയിൽ ഇരിക്കുന്ന സമയത്താണ് കല്യാണസൗഗന്ധികം കഥയിലെ ഭീമൻ എന്ന ശക്തമായ കഥാപാത്രത്തെ അവതരിപ്പിക്കേണ്ടി വന്നത്. ഏതൊരു കലക്കും ഒരു ഈശ്വരാംശം ഉണ്ട്, ഒരു ദൈവീകത്വം ഉണ്ട്. കഥകളി ദേവതയുടെ കടാക്ഷം കൊണ്ട് ആ അവസ്ഥയിലും ശക്തമായി ഭീമസേനനെ അവതരിപ്പിക്കാൻ താരക്ക് കഴിഞ്ഞു. കുചേലവൃത്തത്തിലെ കൃഷ്ണനായും സന്താനഗോപാലത്തിലെ കൃഷ്ണനായും വേഷം കഴിഞ്ഞ് ഇറങ്ങി വരുമ്പോൾ ഭഗവാനെ നേരിൽ കണ്ട പ്രതീതിയിൽ അടുത്തേക്ക് കുട്ടി

കളെ കൂട്ടിക്കൊണ്ടുവന്ന് അനുഗ്രഹം തേടിയവരുടെ എണ്ണം അനവധിയാണ്.

കേരളത്തിലെ ക്ഷേത്രങ്ങളിലും, കഥകളി ക്ലബ്ബുകളിലും കൂടാതെ കേരളത്തിനു പുറത്ത് ചെന്നൈ, മുംബൈ, ഹൈദരാബാദ്, ഡൽഹി, പോണ്ടിച്ചേരി, ഗോവ, ബാംഗ്ലൂർ എന്നീ സ്ഥലങ്ങളിലും നിരവധി വേദികളിൽ ഈ കലാകാരിക്കു വേഷം ചെയ്യാൻ അവസരം ലഭിച്ചിട്ടുണ്ട്. ഒരു കലാകാരി എന്ന നിലയിൽ തന്റെ കലാജീവിതത്തിൽ നിരവധി അംഗീകാരങ്ങൾ താരാവർമ്മയെ തേടിയെത്തി.

സ്കൂൾ പഠനകാലത്ത് സംസ്ഥാന സ്കൂൾ കലോത്സവങ്ങളിലെ മത്സരങ്ങളിൽ ഒന്നാം സ്ഥാനം നേടി ശ്രദ്ധേയമായ വിജയം കരസ്ഥമാക്കി. സർവ്വകലാശാല മത്സരങ്ങളിൽ തുടർച്ചയായി വിജയിയായി. തൃപ്പൂണിത്തറ കെ. കെ. രാജാ കഥകളി മത്സരത്തിൽ തുടർച്ചയായ മൂന്നുവർഷം വിജയിയായി. കേരളത്തിന് പുറത്ത് നിരവധി അസോസിയേഷൻ അവാർഡുകൾ, നവദുർഗ്ഗ പുരസ്കാരം, നവരത്ന പുരസ്കാരം, ഒപ്പം നാരീശക്തി പുരസ്കാരം നേടിയ വനിതാ കഥകളിസംഘത്തിലും, മുംബൈ പൂരം 2012 ഗിന്നസ് റെക്കോഡ് നേടിയ മുംബൈ തിരുവാതിര സംഘത്തിലും പ്രവർത്തിക്കാൻ സാധിച്ചിട്ടുണ്ട്. അങ്ങനെ ഒട്ടനവധി ചരിത്രമുഹൂർത്തങ്ങൾക്കും, നിരവധി അംഗീകാരങ്ങൾക്കും ഈ കാലാകാരി ഒരു ഭാഗമായി. അതോടൊപ്പം സുപ്രസിദ്ധ സിനിമാ സംവിധായകൻ ശ്രീകുമാരൻ തമ്പിയുടെ 'അമ്മയ്ക്കൊരു താരാട്ട്' എന്ന ചലച്ചിത്രത്തിലെ പ്രധാന കഥാപാത്രത്തെ അവതരിപ്പിക്കാനുള്ള ഭാഗ്യവും ഈ കലാകാരിക്കുണ്ടായി.

ഇന്ന് കഥകളി രംഗത്ത് ആധുനികവൽക്കരണത്തിന്റെ അംശങ്ങൾ കടന്നുവന്നതായി ഈ കലാകാരി സൂചിപ്പിക്കുന്നു. പണ്ട് ഉണ്ടായിരുന്നതിൽ നിന്നും ഉടുത്തുകെട്ട് മുതൽ മനയോലവരെയും ആഭരണങ്ങളും കിരീടവും വരെയും കാലാനുസൃതമായ മാറ്റത്തിന് വിധേയമായിട്ടുണ്ട്. വിശദീകരിച്ച് കാണിക്കേണ്ട മുദ്രകളിലെ ചുരുക്കം, സംഗീതത്തെ സംഗീതാത്മകമാക്കിയുള്ള അവതരണം എന്നിവ കഥകളിയുടെ ഗാംഭീര്യത്തെ കുറയ്ക്കും എന്ന് താരാവർമ്മ അഭിപ്രായപ്പെടുന്നു. ആസ്വാദകർ കഥകളിയെ മനസ്സിലാക്കേണ്ടത് കഥയറിഞ്ഞുവേണം. കഥയറിഞ്ഞാൽ ആട്ടം കാണുക രസകരമാകും.

കഥകളി എന്നത് ഒരു പുരുഷ മേധാവിത്വ കലയാണ് അതിന്

കാരണം അണിയറ പ്രവർത്തകർ മുതൽ പാട്ടും, ചെണ്ടയും, മദ്ദള വും, ചുട്ടിയും, ഉടുത്തുകെട്ടും എല്ലാം ഇന്നും കൈകാര്യം ചെയ്യു ന്നത് പുരുഷന്മാരാണ് എന്നതാണ്. ആധുനിക കാലഘട്ടത്തിൽ കുറച്ചൊക്കെ മാറ്റം വന്നിട്ടില്ല എന്നല്ല. പുരുഷന്മാരോടൊപ്പം വിര ലിലെണ്ണാവുന്ന സ്ത്രീകളെ അണിയറയിലും കണ്ടു തുടങ്ങിയിട്ടു ണ്ട്. ജീവനോപാധിയായോ വിനോദമായോ മാത്രം കഥകളിയെ കാണാതെ പ്രാണനായിത്തന്നെ കഥകളിയെ സ്വീകരിക്കുന്നവർ ഉണ്ടാവണം.

ചവറപാറുക്കുട്ടിയെപ്പോലെ ചേലനാട് സുഭദ്രയെപ്പോലെ കഴി വുള്ള കലാകാരികൾ നമുക്കുണ്ടാകണം. അതിനായി കളരികളിൽ ഒരുപാട് പെൺശബ്ദങ്ങൾ ഉയരണം. അതോടൊപ്പം പെൺകരങ്ങൾ എത്തപ്പെടാത്ത ചുട്ടിയും ഉടുത്തുകെട്ടും അടക്കമുള്ള മേഖലകളി ലും സ്ത്രീകൾക്ക് എത്തിപ്പെടാൻ സാധിക്കണമെന്നും ഈ കലാ കാരി ആഗ്രഹിക്കുന്നു. കഥകളിമേഖലയ്ക്ക് നിരവധി സംഭാവന കൾ ചെയ്ത് ഇന്നും കഥകളിയെ ജീവിതത്തിലെ മാർഗദീപമായി കൊണ്ടുനടക്കുന്ന താരാവർമ്മയുടെ ജീവിതം ശ്രദ്ധാപൂർവം വീക്ഷിക്കുന്ന, പുതിയ കലാകാരികൾക്ക് അതൊരു മുതൽക്കൂട്ടാ വും സംശയമില്ല.

OO

8
സ്ത്രീവേഷത്തിന്റെ പൊരുളറിഞ്ഞ്
ശശികല നെടുങ്ങാടി

കാർഷിക സംസ്കാരത്തിന്റെ ഈറ്റില്ലമായ പട്ടാമ്പിയിലാണ് ശശികല എന്ന കഥകളി കലാകാരി ജനിച്ചതെങ്കിലും വളർന്നത് മെട്രോ നഗരമായ എറണാകുളത്താണ്. കലയും സാഹിത്യവും ആഴത്തിൽ വേരോടിയ നിളയുടെ നാട്ടിൽ നിന്നും നഗരത്തിലേക്കു പറിച്ചുനടപ്പെടുമ്പോഴും രക്തത്തിൽ അലിഞ്ഞ സംസ്കൃതി ആ കുടുംബത്തെ വിട്ടകന്നില്ല. അച്ഛന്റെ ബിസിനസുമായി ബന്ധപ്പെട്ടാണ് പട്ടാമ്പിയിൽ നിന്നും അച്ഛനും അമ്മയും സഹോദരൻ ശരത് കുമാറും അടങ്ങുന്ന ശശികലയുടെ കുടുംബം എറണാകുളത്ത് കളത്തിപറമ്പ് എന്ന സ്ഥലത്ത് താമസമാരംഭിച്ചത്.
അക്കാലത്ത്, ആ വീടിന്റെ എതിർവശത്ത് 'സീ ഇന്ത്യ ഫൗണ്ടേഷൻ' എന്നൊരു സ്ഥാപനം ഉണ്ടായിരുന്നു. പി.കെ ദേവനായിരുന്നു അതിന്റെ ഓർഗനൈസർ. കടൽ കടന്നെത്തുന്ന വിദേശികൾക്ക് കേരളത്തിന്റെ തനതു കലയായ കഥകളി കാണാൻ അവസരമെരുക്കുക എന്നതായിരുന്നു അതിന്റെ ദൗത്യം. അവിടെ, ഓല മറച്ച ഒരു ഷെഡിൽ പ്രത്യേകം തയ്യാറാക്കിയ സ്ഥലത്ത് നിത്യേന വിദേശിയർക്കായി കഥകളി സംഘടിപ്പിച്ചിരുന്നു. ഒപ്പം, തദ്ദേശിയർക്ക് അവിടേക്കു പ്രവേശനം നിഷിദ്ധമായിരുന്നു. കഥകളി ഒരു വികാരവും വിശ്വാസവുമായ പട്ടാമ്പിയിൽ ജനിച്ചതുകൊണ്ട് എന്നും വൈകുന്നേരം സീ ഇന്ത്യ ഫൗണ്ടേഷനിൽ കേളികൊട്ടു കേൾക്കുമ്പോൾ അവിടെ എന്തെന്നറിയാനുള്ള മോഹം ആ സഹോദരങ്ങൾക്ക് ഉണ്ടായി. അങ്ങനെ അവർ തങ്ങളുടെ മുന്നിലുള്ള ഓലമറയുടെ വിടവുകൾക്കിടയിലൂടെ കഥകളി കണ്ടുതുടങ്ങി. ആ കാഴ്ചയാണ് ശശികല എന്ന കലാകാരിയുടെ കലാജീവിതത്തിന്റെ തുടക്കമായത്. ആകർഷകമായ വേഷസൗന്ദര്യവും,

പാട്ടും, മുദ്രകളും, മേളവും മനസ്സിന്റെ ഉള്ളിൽ മറഞ്ഞുകിടന്ന കലയെ ഉണർത്തുകയായിരുന്നു. കളി കണ്ടുകഴിഞ്ഞ് വീട്ടിലെത്തിയാൽ പിന്നീട് അവിടെ കണ്ടതിന്റെ ആവർത്തനമാണ് രണ്ടുപേരും. കുപ്പിയുടെ ലോഹഅടപ്പുകൾ എടുത്ത് മടക്കി നഖമായ് വെച്ച് സഹോദരനും സഹോദരിയും തോർത്തുമുണ്ട് നിവർത്തിപ്പിടിച്ച് മാറി മാറി തിരനോട്ടം നടത്തും. മക്കളുടെ കലയോടുള്ള ഈ അഭിനിവേശത്തെ കണ്ടില്ലെന്നു നടിക്കാൻ ശശികലയുടെ പിതാവിനായില്ല. അദ്ദേഹം കേരളത്തിലെ ആദ്യകാല കഥകളി ക്ലബ്ബായ എറണാകുളം കഥകളി ക്ലബ്ബിൽ മെമ്പർഷിപ്പ് എടുത്തു.

കഥകളി കലാകാരന്മാരെ സൃഷ്ടിക്കുന്നതിലും, പ്രോത്സാഹിപ്പിക്കുന്നതിലും എറണാകുളം കഥകളി ക്ലബ്ബ് അന്നും ഇന്നും നടത്തുന്ന പ്രവർത്തനങ്ങൾ ശ്ലാഘനീയമാണ്. എല്ലാ മാസത്തിലും കഥകളി, കഥകളി സെമിനാറുകൾ, സിമ്പോസിയങ്ങൾ, ശില്പശാലകൾ, കൂടാതെ വളർന്നു വരുന്ന കലാകാരന്മാർക്കും കലാകാരികൾക്കും പ്രോത്സാഹനമായി ചൊല്ലിയാട്ടമത്സരങ്ങൾ എന്നിവ അന്നും ഇന്നും എറണാകുളം കഥകളി ക്ലബ്ബിന്റെ പ്രവർത്തനങ്ങളിൽ ഉൾപ്പെടുന്നവയാണ്. ശശികലയ്ക്കും സഹോദരനും ഈ ക്ലബിലേക്കുള്ള പ്രവേശനം വളരെയധികം ഗുണം ചെയ്തു എന്ന് ഉറപ്പിച്ചു പറയാം. അച്ഛനുമൊത്ത് ശശികലയും സഹോദരനും എല്ലാ പരിപാടികളും കാണാൻ ചെല്ലുമായിരുന്നു.

സാധാരണ കളി കാണുന്നവർ സദസ്സിലിരുന്നാണ് കാണുന്നതെങ്കിൽ ശശികല തിരശീലയ്ക്കു പിന്നിൽ നടക്കുന്നത് കാണാനായി അവിടെയും എത്തിയിരുന്നു. തിരനോട്ടം കണ്ടു കഴിഞ്ഞാൽ ഒറ്റയോട്ടത്തിനു സദസ്സിന്റെ മുന്നിൽ തന്നെയിരുന്നു കഥകളി കാണും. സാധാരണ കഥകളി കഴിഞ്ഞാൽ കാണികൾ പുറത്തേക്ക് പോകുമ്പോൾ ശശികല അണിയറയിലേക്കാണ് പോവുക. അവിടെ ആശാന്മാർ പൊട്ടിച്ചിടുന്ന ചുട്ടി പെറുക്കിയെടുക്കും. അതുമായി വീട്ടിലെത്തി മുഖത്ത്വെച്ച് അരങ്ങിൽക്കണ്ട കാര്യങ്ങൾ ആവർത്തിക്കും. ഇന്നത്തെ ശശികലയെന്ന ഈ കലാകാരിയുടെ കലാതപസ്യക്കു പിന്നിൽ ചെറുപ്പത്തിൽ കിട്ടിയ കഥകളിക്കാഴ്ച്ചകൾ എത്രമാത്രം സഹായകരമായി എന്നത് ചിന്താവിഷയമാക്കേണ്ടതാണ്.

കാലത്തിന്റെ സവിശേഷതയെന്നു പറയട്ടെ പുരുഷന്മാർക്ക് മാത്രം വിധിക്കപ്പെട്ടതാണ് കഥകളി എന്ന ധാരണയുണ്ടായിരുന്നു അക്കാലത്ത്. കഥകളി, പെൺകുട്ടികൾക്കു വിധിക്കപ്പെട്ടതല്ല

എന്നു സമൂഹം ഉറപ്പിച്ചിരുന്നു. അരങ്ങത്തും, അണിയറയിലും പുരുഷന്മാർക്കുള്ള കഥയായി കഥകളി ഗണിക്കപ്പെട്ടിരുന്നു. അതിനാൽ ശശികല കഥകളി പഠിക്കുന്നതിനോട് മുത്തച്ഛനും മുത്തശ്ശിയും എതിരായിരുന്നു. 'പെണ്ണല്ലേ അവൾ' എന്നായിരുന്നു എല്ലാവരുടേയും ചിന്ത.

'ഈശ്വരാനുഗ്രഹമാണ് കല. അത് പഠിക്കാനും കൊണ്ടു നടക്കാനും ഒരു ഈശ്വരഹിതം വേണം.' ശശികലയുടെ മുന്നിൽ സകല ഈശ്വരന്മാരുടേയും അനുഗ്രഹവും ഒപ്പം പ്രത്യക്ഷ ഈശ്വരചൈതന്യങ്ങളായ അച്ഛനും അമ്മയും ഉണ്ടായിരുന്നു. അവരുടെ പൂർണപിന്തുണയോടെ സഹോദരി സഹോദരന്മാർ ഒന്നിച്ച് കലാമണ്ഡലം വാസുദേവൻ നായരാശാന്റെ കളരിയിൽ പഠനം തുടങ്ങി. അവിടെ നിന്നും പുറപ്പാട്, ശ്രീകൃഷ്ണൻ എന്നീ രണ്ട് പുരുഷവേഷങ്ങൾ ആദ്യമായി അരങ്ങിൽ അവതരിപ്പിച്ചു. എന്നാൽ പുരുഷ വേഷം കെട്ടാൻ അല്പം ബുദ്ധിമുട്ട് തോന്നിയതിനാൽ ശശികല സ്ത്രീവേഷത്തിലേക്ക് പൂർണ ശ്രദ്ധ പതിപ്പിച്ചു. പ്രദർശനസമയത്ത് മുഖസൗന്ദര്യം അത്യാവശ്യമാണ്. സ്ത്രീവേഷത്തിൽ പ്രത്യേകിച്ചും. ഉടുത്തു കെട്ടിക്കഴിഞ്ഞാൽ അരങ്ങിൽ ഒരു ചന്ദ്രോദയം തന്നെയായിരുന്നു ശശികല.

കഥകളി രംഗത്ത് ശോഭിച്ചു നിൽക്കുന്ന സമയത്ത് 1988-ൽ ഗുരുവായൂർ ക്ഷേത്രത്തിൽ നളചരിതം ഒന്നാം ദിവസം കളി നടക്കുന്നു. ശശികലയുടെ ദമയന്തി, കാണികളുടെ മുക്തകണ്ഠം പ്രശംസ പിടിച്ചുപറ്റി അരങ്ങിൽ നിന്നും അണിയറയിലെത്തുമ്പോൾ ശശികലയുടെ ജീവിതത്തിലെ എക്കാലത്തെയും നളൻ അവിടെത്തി. കോട്ടക്കൽകാരനായ ആയുർവേദ ഡോക്ടർ ദേവീദാസ് ആയിരുന്നു അത്. ഗുരുവായൂരപ്പന്റെ മുന്നിൽ നളന്റെ ദമയന്തിയായി വേഷമിട്ട ആ കലാകാരിയെ ഇരുപത്തിമൂന്നാം വയസ്സിൽ ഉടുത്തു കെട്ടോടെ ദേവീദാസ് പെണ്ണുകണ്ട്, ജീവിതസഖിയാക്കാൻ നിശ്ചയിച്ചു. കഥകളി വേഷത്തിൽ നടന്ന ഏക പെണ്ണുകാണലും ഒരു പക്ഷേ ഇവരുടേതാകാം..

അക്കാലത്ത്, ദൂരദർശനിലെ ഏ ഗ്രേഡ് ആർട്ടിസ്റ്റായിരുന്ന ശശികലയ്ക്ക് വിവാഹശേഷവും ഏറ്റിരുന്ന പ്രവൃത്തികൾ ചെയ്തു തീർക്കേണ്ടി വന്നു. കുടുംബം പ്രധാനമാണല്ലോ. മക്കളെ വളർത്തുന്നതിനായി കലാജീവിതത്തിൽ നിന്നും പതിമൂന്ന് വർഷത്തെ വനവാസം സ്വീകരിച്ചു. കോട്ടയ്ക്കലിന്റെ സംസ്കാരിക മണ്ഡലത്തിലെ ജീവിതം കാരണം ഡോക്ടർ ദേവീദാസനിലും കഥകളി

എന്ന കലാരൂപത്തിന് ഉന്നത സ്ഥാനം ഉണ്ടായിരുന്നു. തന്റെ മക്കൾ തന്നേക്കാൾ കഥകളി രംഗത്ത് അറിയപ്പെടണം എന്ന് ഡോക്ടറും ശശികലയും തീരുമാനിച്ചു, അങ്ങനെ മകൾ കഥകളി പഠിച്ചു തുടങ്ങി. മകളുടെ കഥകളി പഠനം ശശികലയിൽ ഉറങ്ങിക്കിടന്ന കലാകാരിയെ ഉണർത്തി. അങ്ങനെ മകളുടെ അരങ്ങേറ്റ ദിവസം, 13 വർഷത്തിനു ശേഷം ശശികലയുടെ മുഖത്ത് വീണ്ടും മനയോല തേച്ചു. ഒരേ കളിവിളക്കിനു മുന്നിൽ അമ്മയും മകളും പ്രത്യക്ഷപ്പെട്ടപ്പോൾ കലാലോകം അത്ഭുതത്തോടെ നോക്കിക്കണ്ടു അത്. ഒരു കാലഘട്ടത്തിൽ സ്വന്തം സഹോദരനോടൊപ്പം അരങ്ങേറ്റം, ജീവിതയാത്രയിലെ ഇടവേളയ്ക്കു ശേഷം സ്വന്തം മകളുടെ കൂടെ വീണ്ടുമൊരു രംഗപ്രവേശം. ഒരു പക്ഷേ വീണ്ടും അമ്മയെ അരങ്ങിലെത്തിക്കാനാണോ മകൾ കഥകളി പഠിച്ചത്, അതായിരുന്നോ ഈശ്വരേച്ഛ എന്നു പോലും ചിന്തിക്കേണ്ടിയിരിക്കുന്നു. കലാലോകത്തിന്റെ സുകൃതം കൊണ്ടു മാത്രമാണ് ഈ കലാകാരിയെ തിരികെ കിട്ടിയത്. പിന്നീട്, നിരവധി അരങ്ങുകൾ ആ മഹതിയെ തേടിയെത്തി.

18-ാം വയസിൽ കേരള സർവകലാശാലാ യുവജനോത്സവത്തിൽ കഥകളിയിൽ ഒന്നാം സ്ഥാനത്തിന് അർഹയായിരുന്നു ശശികല. ഈ കലാകാരിയുടെ കഴിവിനെ കണ്ടറിഞ്ഞ കഥകളി രംഗത്തെ മുടിചൂടാമന്നനായ കൃഷ്ണൻ നായരാശാൻ പല സ്ത്രീ വേഷങ്ങളും ശശികലയെക്കൊണ്ടു ചൊല്ലിയാടിച്ചു. ദമയന്തി, ലളിത, പൂതന എന്നീ വേഷങ്ങൾ ഇന്നും മായാതെ മനുഷ്യമനസ്സിൽ നിലകൊള്ളുന്നുന്നുണ്ടെങ്കിൽ അത് കൃഷ്ണൻ നായരാശാൻ എന്ന ഗുരുശ്രേഷ്ഠൻ തന്റെ അനുഗ്രഹം ശശികലയിൽ ചൊരിഞ്ഞതിന്റെ ഫലമാണ്.

കേരളത്തിലങ്ങോളമിങ്ങോളമുള്ള ക്ഷേത്രങ്ങൾ, കഥകളി ക്ലബ്ബുകൾ എന്നിവിടങ്ങളിൽ ശ്രദ്ധേയമായ വേഷങ്ങളാണ് ശശികല ആടിയിട്ടുള്ളത്. കലാമണ്ഡലം കൃഷ്ണൻ നായരാശാൻ, കലാമണ്ഡലം ഗോപിയാശാൻ, കലാമണ്ഡലം ശിവരാമനാശാൻ എന്നീ അതുല്യപ്രതിഭകൾക്കൊപ്പം നിരവധി അരങ്ങുകളിൽ കൂട്ടുവേഷം ചെയ്യാൻ സാധിച്ച ശശികല ശിവരാമനാശാനോടൊപ്പം നൂറിലധികം അരങ്ങുകളിൽ നളചരിതം നാലാം ദിവസത്തിലെ 'കേശിനി' കെട്ടിയാടിയതും നിസ്സാരമായി കാണാനാകില്ല.

കലാജീവിതത്തിൽ നിരവധി മറക്കാനാകാത്ത മുഹൂർത്തങ്ങൾ ഈ കലാകാരിയുടെ ജീവിതത്തിൽ ഉണ്ടായിട്ടുണ്ട്. ആലപ്പുഴ

ക്ലബിൽ കഥകളി നടക്കുന്നു. കളർകോട് നാരായണൻ നായരാണ് അന്ന് ക്ലബിന്റെ പ്രസിഡന്റ്. നളചരിതം നാലാം ദിവസമാണ് കഥ. കൃഷ്ണൻ നായർ ആശാന്റെ നളൻ. ആശാനോടൊപ്പം പതിനെട്ടുകാരിയായ ശശികലയുടെ കേശിനി. ആശാനെ ക്ലബ് ആദരിക്കുന്നു, അതേ വേദിയിൽ ആശാനു ശേഷം യൂണിവേഴ്സിറ്റി കലോത്സവത്തിൽ കഥകളിയിൽ ഒന്നാം സ്ഥാനം ലഭിച്ചതിന് ശശികലയെ അവർ ആദരിച്ചു. ശശികല എന്ന ശിഷ്യയുടെ മനസ്സിൽ, ഇന്നും മറക്കാനാകാത്ത അനുഭവമായത് നിലനില്ക്കുന്നു. ഒരു ശിവരാത്രിദിനത്തിൽ തൃശൂർ ജില്ലയിൽ മൂന്ന് അരങ്ങുകളിൽ കലാനിലയം ഗോപാലകൃഷ്ണനാശാനോടും, കെ.ജി. വാസുവാശാനോടുമൊപ്പം വേഷം കെട്ടിയ ശേഷം ഹൈദരാലി മാഷോടൊപ്പം ഗുരുവായൂരേക്ക് പോയി, അവിടെ ഒരാൾക്കു പകരക്കാരിയായി എത്തി ദമയന്തി കെട്ടിയതും ഇന്നും നിറമുള്ള ഓർമ്മകളായി അവശേഷിക്കുന്നു.

ശശികലയെന്ന കലാകാരിയുടെ ശ്വാസവും ജീവിതവും കഥകളി തന്നെയാണ്. സാമൂഹ്യപരമായ ഉത്തരവാദിത്വം നിലനിർത്തുന്നയാൾ എന്ന നിലയിൽ ഇടക്കാലത്ത് സജീവ രാഷ്ട്രീയത്തിലേക്ക് കടന്നു. തുടർന്ന്, ഇന്ന് കൊച്ചി മഹാനഗരത്തിലെ ജനങ്ങളുടെ ക്ഷേമത്തിനായി കോർപ്പറേഷൻ കൗൺസിലറായി ജനങ്ങൾ തിരഞ്ഞെടുത്തു. ജനഹിതം കൊണ്ടു കിട്ടിയ ആ പദവി ജനക്ഷേമത്തിനായി വിനിയോഗിക്കുന്നു. എങ്കിലും, ശശികലയെന്ന കലാകാരിക്ക് കഥകളിയെന്ന കലാസപര്യയെ നെഞ്ചോട് ചേർത്തുപിടിക്കാനാണ് എന്നും ഇഷ്ടം.

കലകളുടെ രാജാവ് എന്നാണ് കഥകളി അറിയപ്പെടുന്നത്. ഇന്ന് ഈ കല പഠിക്കുന്ന വിദ്യാർത്ഥികൾ ഇത് സമയം കൊല്ലലിനായോ, മത്സരരംഗത്ത് വിജയിക്കാൻ മാത്രമായി പഠിക്കാതെ, കഥകളിയെ ജീവശ്വാസമായി കണ്ടു തന്നെ പഠിക്കണം. കുട്ടികൾ അവർക്കു കിട്ടുന്ന അവസരങ്ങൾ എല്ലാം പ്രയോജനപ്പെടുത്തണം. മറ്റുള്ളവരുടെ മുഖത്തെ കറുത്ത പാടുകൾ കണ്ടെത്താൻ വെമ്പൽ കൊള്ളുന്ന സമൂഹത്തിലാണ് നാം ജീവിക്കുന്നത് എന്ന ബോധം കല പഠിക്കന്ന കുട്ടികൾക്ക് ഉണ്ടാകണം.

പഴയ കാലത്തെ കലാകാരന്മാരെപ്പോലെ പുതു തലമുറ എത്തപ്പെടാത്തതിന്റെ ആശങ്ക ഈ കലാകാരി പങ്കുവെയ്ക്കുന്നു. ഗുരുക്കന്മാർ ചിട്ടപ്പെടുത്തിയ ചിട്ടവട്ടത്തിനനുസരിച്ച് സഞ്ചരിച്ച് കളരികൾ പഴയ പോലെ സജീവമാകുക, കഥകളിയോഗങ്ങൾ ആധുനി

ക കാലത്തും പഴമ നിലനിർത്തുക, അണിയറ, വെറും ഒരുങ്ങൽ സ്ഥലങ്ങൾ മാത്രമായി ചുരുങ്ങാതെ, കഥകളി പഠിക്കുന്ന കലാകാരന്മാർക്ക് ആശാന്മാരുടെ വേഷപ്പകർച്ചയുടെ ശൈലികൾ കണ്ടു പഠിക്കാനാവശ്യമായ കേന്ദ്രങ്ങൾ ആക്കി മാറ്റുക എന്നിവയാണ് ഈ കലയെ തനിമയോടെ നിലനിർത്താനാവശ്യമായ പോംവഴികൾ എന്നു ശശികല സമർത്ഥിക്കുന്നു.

'എടുക്കുന്ന മുദ്രകളിൽ കൈവിരലുകൾക്ക് മഹത്തായ സ്ഥാനമുണ്ട്. കൈവിരലുകൾ പഞ്ചഭൂതങ്ങളെ സൂചിപ്പിക്കുന്നു. ഓരോ മുദ്രയെടുക്കുന്ന സമയത്തും വിരലുകൾ ചേരുന്നത് പഞ്ചഭൂതങ്ങളുടെ സംഗമവും സംയോഗവുമാണെന്നറിയുക.' കഥകളി രംഗത്തെ നിറസാന്നിദ്ധ്യമായ ശശികല ഇന്ന് ആറ് മലയാള സിനിമയിൽ ശ്രദ്ധേയമായ വേഷം ചെയ്തിട്ടുണ്ട്. ഇരുപത്തഞ്ചിലധികം ആർട്ട് ഫിലിമുകളിലും ഈ കലാകാരി അഭിനയിച്ചിട്ടുണ്ട്.

൦൦

അരവിന്ദമിഴിമാരേ! ഗിരമിന്നു കേൾക്കു മേ
ശരദിന്ദുമുഖിമാരേ! സാദരം.
കുരുവിന്ദ ദന്തിമാരേ! പരിചിൽ ക്രീഡകൾ ചെയ്തു
പെരുകുന്ന സുഖമേ നാം മരുവീടേണമിന്നേരം.

9

നാഗരികതയുടെ തിരക്കിൽ നിന്നുയർന്നു വന്ന കഥകളിയുടെ വരദാനം

പാർവ്വതി മേനോൻ

നഗരത്തിരക്കിന്റെ നാടാണ് കൊച്ചി. തിരക്കിൽ നിന്നും തിരക്കിലേക്കുണരുന്ന കൊച്ചിയിൽ നഗരത്തിന്റെ ഹൃദയഭാഗമായ രവിപുരത്ത് റെയിൽവേ ഉദ്യോഗസ്ഥനായ കെ.പി അരവിന്ദാക്ഷമേനോന്റെയും പ്രീമിയർ ടയേഴ്സിൽ ഉദ്യോഗസ്ഥയായ രാധികാമേനോന്റേയും മൂന്നു മക്കളിൽ ഇളയവളായാണ് പാർവ്വതി മേനോൻ ജനിച്ചത്. മൂന്നാമത്ത മകളായിരുന്നതു കൊണ്ടുതന്നെ കുടുംബാംഗങ്ങളുടെ സ്നേഹവും പരിഗണനയും പരമാവധി പാർവ്വതിക്കു ലഭിച്ചിരുന്നു. എറണാകുളത്തെ ക്ഷേത്രങ്ങളിൽ കളിവിളക്ക് തെളിയുമ്പോൾ അതിന്നു മുന്നിലെ ഒരു സ്ഥിരം സാന്നിദ്ധ്യമായിരുന്ന പാർവ്വതിയുടെ അച്ഛൻ. കഥകളിയോടുള്ള അദ്ദേഹത്തിന്റ ഭ്രമം മുതിർന്ന കുട്ടികളിലേക്ക് പകരുകയും അവരും അതിൽ ആകൃഷ്ടരായി ക്രമേണ കഥകളി പഠനത്തിലേക്ക് എത്തുകയും ചെയ്തു. അന്ന്, സഹോദരിമാർക്കൊപ്പം പിച്ചനടന്ന് കഥകളി പഠനം കാണാനെത്തിയതാണ് പാർവ്വതി. ചേച്ചിമാരെ പഠിപ്പിക്കുന്നതു കണ്ട് കൂട്ടത്തിൽക്കൂടി ആംഗ്യവും താളവും ആസ്വദിക്കുന്നതു കണ്ട ആശാൻ, പാർവ്വതിയുടെ കഥകളിയോടുള്ള താല്പര്യത്തെക്കുറിച്ച് അച്ഛനെ അറിയിച്ചു. കുട്ടിയുടെ താല്പര്യം മനസ്സിലാക്കിയ അദ്ദേഹം പാർവ്വതിയെ കഥകളി പഠിക്കാൻ അയച്ചു.

രാജകലയോടുള്ള അടങ്ങാത്ത അഭിനിവേശത്തോടെ ഒൻപതാം വയസ്സിൽ ഫാക്ട് പത്മനാഭനാശാന്റെ ശിഷ്യയായാണ് പാർവ്വതി കഥകളിപഠനം തുടങ്ങിയത്. പത്മനാഭനാശാന്റെ കീഴിലുള്ള ചിട്ടയായ പഠനം പാർവ്വതി മേനോൻ എന്ന കലാകാരിയുടെ ജീവിതത്തിലെ ഒരു മുതൽക്കൂട്ടായി മാറുകയായിരുന്നു. കഥകളി

പ്രിയനായ പൂർണ്ണത്രയീശ്ശന്റെ മുന്നിൽ അരങ്ങേറ്റവും നടന്നു.

പാർവ്വതിയുടെ കഥകളിപഠനം വിദ്യാഭ്യാസത്തെയും വളരെയധികം സ്വാധീനിച്ചു. കൊച്ചിയിലെ സ്കൂളിൽ പ്രാഥമികവിദ്യാഭ്യാസം പൂർത്തിയാക്കിയ ശേഷം ബിരുദവും, ബിരുദാനന്തര ബിരുദവും നേടിയ കാലഘട്ടങ്ങളിലൊക്കെ പഠനകാര്യങ്ങളിൽ തന്റെ ശ്രദ്ധകേന്ദ്രീകരിക്കുന്നതിനോടൊപ്പം ജീവവായു പോലെ കഥകളിയെ ചേർത്തുപിടിച്ച കലാകാരിയാണ് പാർവ്വതി മേനോൻ. കേവലം മത്സരാധിഷ്ഠിതമായ പഠനം എന്നതിലുപരി കഥകളിയുടെ കാമ്പ് മനസ്സിലാക്കിയാകണം കഥകളി പഠനം എന്നതാണ് ഈ കലാകാരിയുടെ അന്നും ഇന്നുമുള്ള അഭിപ്രായം. അക്കാദമിക പഠന സമയങ്ങളിൽ ഗുരുസ്ഥാനീയനായത് ആർ.എൽ.വി. രാജശേഖരനാശാനായിരുന്നു.

പാർവ്വതി മേനോൻ കഥകളി പഠനം തുടങ്ങിയ കാലഘട്ടത്തിൽ ഒരു പെൺകുട്ടി അതും പുരുഷന്മാർക്ക് മാത്രമായിട്ടുള്ളത് എന്ന് ലോകം തെറ്റിദ്ധരിച്ച ഒരു കലാരൂപത്തെ പഠിച്ച് അവതരിപ്പിക്കുന്നതിനായി ഇറങ്ങിത്തിരിക്കുന്നത് ഒരു അത്ഭുതമായാണ് മറ്റുള്ളവർക്ക് തോന്നിയത്. പിന്നീട് അതേ സമൂഹം ഈ പെൺകുട്ടി കഥകളി നന്നായി കളിക്കുന്നതിനെ ആകാംഷയോടെ നോക്കി കാണുകയാണുണ്ടായത്. കാലഘട്ടത്തിന്റെ മാറ്റങ്ങളെ കണക്കാക്കാതെ ഇന്ന് ലോകമറിയപ്പെടുന്ന ഒരു കലാകാരിയായി മാറിയിരിക്കുന്നു പാർവ്വതിമേനോൻ.

ഡിജിറ്റൽ സ്പഷ്യലിസ്റ്റ് കലാകാരനായ ഉണ്ണികൃഷ്ണമേനോൻ ആണ് പാർവ്വതിയെ വിവാഹം കഴിച്ചത്. ഭാര്യ എന്നതിലുപരി പാർവ്വതിയിലെ ഒരു വലിയ കലാകാരിയെ മനസ്സിലാക്കിയ ഭർത്താവ് അവരുടെ കലാസപര്യ തുടരാൻ വേണ്ടുന്ന സഹായങ്ങൾ ചെയ്തു കൊടുത്തു. കുടംബത്തിനും കലയോടൊപ്പം പ്രാധാന്യം നൽകിയ പാർവ്വതി മേനോൻ കഥകളിയോടൊപ്പം തന്നെ കുടുംബത്തേയും ഒന്നും പോലെ കൊണ്ടു പോയി. രണ്ടു കുഞ്ഞുങ്ങളാണ് ഈ ദമ്പതികൾക്ക്. കലാകാരിയുടെ മൂത്ത മകൾ ഇന്ന് അഭിഭാഷകയാണ്. ഇളയമകൻ ഫിലിം മേക്കിംഗ് ബിരുദധാരിയാണ്.

പഠന കാലഘട്ടം മുതൽ നിരവധി അരങ്ങുകളിൽ ഈ കലാകാരി വേഷമിട്ടു. കേരളത്തിൽ അങ്ങോളമിങ്ങോളമുള്ള ക്ഷേത്രങ്ങൾ, കഥകളി ക്ലബ്ബുകൾ, ആസ്വാദക കൂട്ടായ്മകൾ എന്നിവയിലൂടെ ഉയർന്ന് കേരളത്തിനു പുറത്തും, വിദേശരാഷ്ട്രങ്ങളിൽ പോലും പരിപാടി അവതരിപ്പിച്ച കലാകാരിയാണ് പാർവ്വതി മേനോൻ.

അമേരിക്കയിൽ നടന്ന 'ദി ഫെസ്റ്റിവൽ ഓഫ് ഇന്ത്യ'യിൽ കഥകളി രംഗത്തെ അതികായന്മാരായ കലാമണ്ഡലം കൃഷ്ണൻ നായരാശാൻ, കലാമണ്ഡലം രാമൻ കുട്ടിനായരാശാൻ, കലാമണ്ഡലം ശിവരാമനാശാൻ എന്നിവരോടൊന്നിച്ച് വേഷം ചെയ്യാനുള്ള ഭാഗ്യം ഈ കലാകാരിക്ക് ലഭിച്ചിട്ടുണ്ട്. ഫാക്ട് പത്മനാഭനാശാൻ, ആർ.എൽ.വി. രാജശേഖരനാശാൻ, കലാമണ്ഡലം ഗോപിയാശാൻ, കലാമണ്ഡലം കൃഷ്ണകുമാറാശാൻ, കലാമണ്ഡലം ശ്രീകുമാറാശാൻ തുടങ്ങി നിരവധി പ്രതിഭാശാലികളായ കലാകാരന്മാരോടൊപ്പം കൂട്ടുവേഷം ചെയ്യാനും ഈ കലാകാരിക്ക് കഴിഞ്ഞിട്ടുണ്ട്.

ഭാഗ്യമെന്നു പറയട്ടെ, അരങ്ങിലും അണിയറയിലും പ്രവർത്തിക്കുന്ന എല്ലാ കലാകാരന്മാരിൽ നിന്നും വളരെയധികം പ്രോത്സാഹനമാണ് ഈ കലാകാരിക്ക് ലഭിച്ചിട്ടുള്ളത്. ഓരോ വേഷങ്ങളും തീർത്ത് അണിയറയിലെത്തുമ്പോൾ വേഷത്തിലെ മികവുകളെ കൂടുതൽ മികച്ചതാക്കുന്നതിനും, പോരായ്മകൾ പരിഹരിക്കുന്നതിനും ഓരോ കലാകാരന്മാരും നൽകിയ സഹായങ്ങൾ ഒരു കലാകാരിയെ എത്രത്തോളം തിളക്കമാർന്നതാക്കും എന്നതിനുള്ള ഉദാഹരണമാണ് പാർവ്വതി മേനോൻ.

ഒൻപതാം വയസ്സിൽ അരങ്ങേറ്റ സമയത്ത് പുറപ്പാടിൽ കൃഷ്ണനായി വേഷമിട്ട ശേഷം രുക്മിണി സ്വയംവരം, സന്താനഗോപാലം, കുചേലവൃത്തം തുടങ്ങി എല്ലാത്തരം കൃഷ്ണവേഷങ്ങളും, പച്ച, കത്തി, കരി, ചുവന്നതാടി, വെള്ളത്താടി, മിനുക്ക് എന്നിവയിലെ വേഷങ്ങളും, കീചകവധത്തിലെ കീചകനെയും അഭിനയിച്ചു പ്രതിഫലിപ്പിച്ച അതുല്യകലാകാരിയാണ് പാർവ്വതി മേനോൻ. വേഷങ്ങൾ ധരിക്കുന്നതിൽ അതീവശ്രദ്ധാലുവായ ഈ കലാകാരിയുടെ വേഷഭംഗി ആരെയും പിടിച്ചിരുത്തുന്ന തരത്തിലാണ്. ഇവരുടെ വേഷത്തിന്റെ ഭംഗിപോലെ തന്നെ മുദ്രകളും, ചുവടുകളും, മുഖാഭിനയവും അതുല്യമാണ്.

നിരവധി പുരസ്കാരങ്ങൾ ഈ കലാകാരിയെ തേടിയെത്തിയിട്ടുണ്ട്. കേരള സംഗീതനാടക അക്കാദമി ജില്ലാതല അവാർഡ്, BCKA ബാംഗ്ലൂർ അവാർഡ്, നവരസം പുരസ്കാരം, കലാമണ്ഡലം കരുണാകരനാശാൻ പുരസ്കാരം, നാരീശക്തി പുരസ്കാരം എന്നിവ അവയിൽ പ്രധാനപ്പെട്ടവയാണ്. ആസ്വാദകരുടെ മുഖത്തെ സംതൃപ്തിയാണ് ഒരു കലാകാരന് ലഭിക്കുന്ന ഏറ്റവും വലിയ അവാർഡ് എന്നാണ് ഈ കലാകാരിയുടെ പക്ഷം. ഒരു കലാകാരിയെന്ന നിലയിൽ തന്റെ കഥകളി ജീവിതത്തിൽ ഏറെ സ്വാധിനിച്ച

വ്യക്തിത്വം സ്വന്തം ഗുരു ഫാക്ട് പത്മനാഭനാശാനും കലാമണ്ഡലം രാമൻ കുട്ടിനായരാശാനുമാണ്. അവരുടെ അഭിനയപാടവം ഈ കലാകാരിയുടെ കലാജീവിതത്തിൽ കാര്യമായ ചലനങ്ങൾ സൃഷ്ടിച്ചിട്ടുണ്ട്.

എറണാകുളത്തെ വീട്ടിൽ ഇപ്പോൾ വീട്ടമ്മയായി കഴിയുന്ന ഈ കലാകാരി തന്റെ കഴിവുകളെ ഇന്ന് കേരളത്തിലെ കഥകളി മേഖല ക്കായി സമർപ്പിച്ചിരിക്കുന്നു. കഥകളിമേഖലയിൽ മാറ്റങ്ങൾ വേ ണം, എന്നാലത് ഇന്നും അസാധ്യമായി തുടരുന്നുവെന്ന പക്ഷ മാണ് പാർവ്വതിക്ക്. മാറ്റങ്ങൾ ചട്ടക്കൂടിൽ ഒരുങ്ങി തന്നെയാകണ മെന്നും ഇവർ ഓർമപ്പെടുത്തുന്നു. കഥകളി മേഖലയിൽ നടക്കുന്ന മാറ്റങ്ങൾ കലാകാരന്മാർക്ക് അനുഗുണമായ തരത്തിലാകണം. അതിലൂടെ നിരവധി അവസരങ്ങൾ കലാകാരന്മാർ ലഭിക്കുകയും വേണം. ആസ്വാദകർക്ക് കഥകളിയെ കൂടുതൽ ആഴത്തിൽ മനസ്സി ലാക്കുന്നതിനാവശ്യമായ അവസരങ്ങൾ ലഭിക്കണം. അതിനുള്ള ശില്പശാലകളും, മറ്റ് പഠന കളരികളും സാർവ്വത്രികമാകണം. ആസ്വാദനം എന്നത് കേവലം വ്യക്തിപരമാകാതെ കലാപരമാക ണം എന്ന് ഈ കലാകാരി അഭിപ്രായപ്പെടുന്നു. വ്യക്തികളെ ഇഷ്ട പ്പെടുന്ന ഒരു പ്രവണത ഇന്ന് ആസ്വാദകർക്കിടയിൽ കടന്നുകൂടി യിരിക്കുന്നു. അത് മാറി കഥകളി ഒരു ദൈവിക കലയാണെന്നു മനസ്സിലാക്കി കഥകളി ആരാധിക്കുവാനുള്ള അവസരം ആസ്വാദ കർ പ്രയോജനപ്പെടുത്തണം.

ഒരു കാലത്ത് വരേണ്യവർഗ്ഗത്തിന്റെ മാത്രം കുത്തകയായിരുന്ന കഥകളി ഇന്ന് ആ അതിർവരമ്പുകൾ പൊട്ടിച്ചെറിഞ്ഞു ജനപ്രിയ കലയായി മാറിയിരിക്കുന്നു. ആ ജനപ്രിയ കലയിലേക്ക് നിരവധി കലാകാരികൾ കടന്നുവരുന്നത് ഏറെ ആശ്വാസജനകമാണ്. കേവ ലം മത്സരങ്ങൾക്കു മാത്രമായി കലകളെ ഉപയോഗിക്കാതെ മിക വിനെ പരിപോഷിപ്പിക്കാൻ കലകൾ അഭ്യസിക്കണം. കഥകളിയെ ഒരു തപസ്യയായി കണ്ടാവണം വളർന്നു വരുന്ന കലാകാരികൾ അതിനെ സമീപിക്കുവാൻ. ആടുന്ന വേഷങ്ങളെക്കുറിച്ച് അഗാധ മായ അറിവ് വേണം. അതിലുപരി ആത്മാർത്ഥത വേണം. അങ്ങ നെ കഥകളിയെ സമീപിച്ചാൽ കഥകളിയെന്ന കലയ്ക്കും അതിലു പരി കലാകാരന്മാർക്കും ശോഭനമായ ഭാവിയുണ്ടാകുമെന്ന് പാർ വ്വതി മേനോൻ അഭിപ്രായപ്പെടുന്നു.

○○

ശ്രീമൻ സഖേ വിജയ ധീമൻ സകലഗുണ-
ധാമൻ സ്വാഗതമോ സുധാമൻ
സോമൻ ത്രിജഗദഭി- രാമൻ വണങ്ങിടും നിൻ
മുഖപങ്കജമിഹ കണ്ടതിനാലതി
സുഖസംഗത സുദിനം ദിനമിതു മമ

10

'വന്ദേ വാസുദേവം' നെല്ലിയോടിന്റെ വരദാനം

മായാ നെല്ലിയോട്

കഥകളിയെന്ന അനുഗ്രഹീത കലയെ നെഞ്ചിലേറ്റിയ അതുല്യ കലാകാരൻ നെല്ലിയോട് വാസുദേവൻ നമ്പൂതിരിയുടെയും ശ്രീദേവി അന്തർജനത്തിന്റെയും മകളാണ് മായാ നെല്ലിയോട്. മായ കൊച്ചുകുട്ടി ആയിരിക്കുമ്പോഴേ കണ്ടും കേട്ടും വളർന്നത് കഥകളിപ്പദങ്ങളും കഥകളിയുടെ വർണവസ്ത്രങ്ങളും ആഭരണങ്ങളുമൊക്കെയായിരുന്നു. അച്ഛന്റെ കലാജീവിതത്തിനോടു ചേർന്ന വിധമായിരുന്നു നെല്ലിയോട് കുടുംബത്തിന്റെ ദിനചര്യകൾ ആരംഭിച്ചിരുന്നത്. വിശ്വോത്തരമായ ഈ കലയെ കൂടെനിർത്താൻ മായയ്ക്ക് എന്നും കൂട്ടായിരുന്നത് അച്ഛന്റെ സാന്നിധ്യമാണ്. 'മാതാപിതാ ഗുരു ദൈവം' എന്ന ചൊല്ലിനെ തികച്ചും അന്വർത്ഥമാക്കി മാതാവായ ആദ്യ ഗുരുവിന് ശേഷം പിതാവായ രണ്ടാമത്തെ ഗുരുവിൽ നിന്നും നന്നേ ചെറുപ്പത്തിൽ തന്നെ മായ കഥകളി പഠനം തുടങ്ങി. കാലുറയ്ക്കാത്ത പ്രായത്തിൽ കാൽ ഉറപ്പിച്ചു ചവിട്ടി, അഞ്ചാം വയസ്സിൽ ചേരാനെല്ലൂർ കാർത്ത്യായനി ക്ഷേത്രത്തിൽ പുറപ്പാടിൽ കൃഷ്ണനായി ആദ്യമായി അരങ്ങിലെത്തി.

ശേഷം അച്ഛനെന്ന ഗുരുവിന്റെ അനേകം ശിഷ്യരിൽ ഒരാളായി പല കുട്ടിത്തരം വേഷങ്ങളും ഇടത്തരം വേഷങ്ങളും പഠിച്ച് ചൊല്ലിയാടി. നെല്ലിയോട് വാസുദേവൻ നമ്പൂതിരിയെന്ന അതുല്യ കലാകാരന്റെ അതിലുപരി ഒരു മാതൃകാഗുരുവിന്റെ മകൾ എന്ന നിലയിൽ കഥകളിലോകത്ത് അനേകം വേഷങ്ങൾ പഠിച്ച് അരങ്ങിൽ അവതരിപ്പിക്കാൻ മായയ്ക്ക് അവസരം ലഭിച്ചു.

ലോകമലയാളികളുടെ അഭിമാനവും, കഥകളിലോകം നെഞ്ചോടു ചേർത്തതതുമായ കലാമണ്ഡലം കൃഷ്ണൻ നായരാശാൻ, കലാമണ്ഡലം രാമൻകുട്ടി നായരാശാൻ, കലാമണ്ഡലം ഗോപിയാ

ശാൻ, കോട്ടയ്ക്കൽ ശിവരാമനാശാൻ, കോട്ടയ്ക്കൽ ചന്ദ്രശേഖര നാശാൻ, കലാമണ്ഡലം വാസുപിഷാരടിയാശാൻ, ഹരിപ്പാട് രാമ കൃഷ്ണപിള്ളയാശാൻ, ചെന്നിത്തല ചെല്ലപ്പൻപിള്ളയാശാൻ, ഓയൂർ രാമചന്ദ്രനാശാൻ എന്നീ ആദ്യതലമുറയിലെ കലാകാരന്മാ രുമായി അനവധി അരങ്ങുകളിൽ കൂട്ടുവേഷം ചെയ്യാൻ മായക്ക് സാധിച്ചത് ചെറിയകാര്യമല്ല. അഭിനവകാലത്തിൽ കഥകളിയിലെ മഹാപ്രതിഭകളായ കലാമണ്ഡലം രാമചന്ദ്രനുണ്ണിത്താനാശാൻ, കലാമണ്ഡലം ബാലസുബ്രമണ്യനാശാൻ, സദനം കൃഷ്ണൻ കുട്ടി യാശാൻ, കലാമണ്ഡലം കൃഷ്ണകുമാർ ആശാൻ തുടങ്ങി നിരവ ധി കലാകാരന്മാരോടൊപ്പവും, നിലവിൽ കഥകളി പഠനം തുടരു ന്ന കലാകാരന്മാരടക്കം മൂന്നു തലമുറയിൽപ്പെട്ട കലാകാരന്മാരോ ടൊപ്പം അരങ്ങിലെത്താൻ ഈ കലാകാരിയ്ക്ക് സാധിച്ചു.

കേരളത്തിലെ പ്രമുഖ ക്ഷേത്രങ്ങളിലും, കഥകളി ക്ലബ്ബുകൾ, ആസ്വാദക കൂട്ടായ്മകൾ എന്നിവിടങ്ങളിലും നിരവധി തവണ അരങ്ങിലെത്താനുള്ള സൗഭാഗ്യം ഈ കലാകാരിക്ക് ലഭിച്ചിട്ടുണ്ട്. ആദ്യകാലങ്ങളിൽ സംഘാടകർ ഇടത്തരം വേഷങ്ങളെക്കുറിച്ചും കുട്ടിത്തരം വേഷങ്ങളെക്കുറിച്ചും ചിന്തിക്കുമ്പോൾ വേഷ പകർച്ച യും, ആകാരഭംഗിയും, അതിലുപരി മുദ്രകളിലെ പൂർണതയും ഒത്തിണങ്ങിയ മായാ നെല്ലിയോടിനെ പരിഗണിക്കുക പതിവായി രുന്നു. മുൻകാലങ്ങളിൽ തിരുവനന്തപുരത്തിന്റെ തിലകക്കുറിയാ യ ശ്രീപത്മനാഭസ്വാമി ക്ഷേത്രത്തിൽ നടക്കുന്ന കഥകളിയിൽ സ്ത്രീകളെ പരിഗണിച്ചിരുന്നില്ല. എന്നാൽ എന്നാണോ സ്ത്രീകൾ ക്ക് പത്മനാഭസ്വാമി ക്ഷേത്രത്തിലെ കഥകളിയിൽ സ്ഥാനം ഉണ്ടാ യത്, അന്നു മുതൽ ശ്രീപത്മനാഭന്റെ മുന്നിൽ നിറഞ്ഞാടാനുള്ള സൗഭാഗ്യം ഈ കലാകാരിക്ക് ലഭിച്ചിട്ടുണ്ട്.

ഗുരുവായൂർ ക്ഷേത്രത്തിൽ ഇന്നത്തെ മേല്പത്തൂർ ഓഡിറ്റോ റിയം വരുന്നതിനു മുൻപ് ഭഗാവാന്റെ തിരുനടയ്ക്ക് മുന്നിലായിരു ന്നു കലാപരിപാടികൾ നടന്നിരുന്നത്. അന്നു മുതൽതന്നെ ഗുരു വായൂർ ക്ഷേത്രത്തിൽ വേഷം കെട്ടിയാടാനുള്ള ഭാഗ്യവും മായയ് ക്ക് ലഭിച്ചിട്ടുണ്ട്. കഥകളിയിൽ പച്ച, കത്തി, കരി, താടി, മിനുക്ക് എന്നീ വിഭാഗത്തിൽപ്പെട്ട വേഷങ്ങൾ ചെയ്തു. കൃഷ്ണൻ, നളൻ, കർണ്ണൻ, ദുര്യോധനൻ, ദുശാസനൻ, പാഞ്ചാലി, സതി, ലളിതമാർ, കേശിനി, ദമയന്തി, തുടങ്ങി കഥകളിയിലെ ഒട്ടുമിക്കവേഷങ്ങളും തനിക്ക് നന്നായി വഴങ്ങുമെന്ന് പല തവണകളായി ഈ കലാകാരി തെളിയിച്ചിട്ടുണ്ട്. നെല്ലിയോട് വാസുദേവൻ നമ്പൂതിരി എഴുതി

ചിട്ടപ്പെടുത്തിയ 'രാസക്രീഡ' എന്ന കഥയിലെ പ്രധാനവേഷമായ ശ്രീകൃഷ്ണനെ അരങ്ങിൽ അവതരിപ്പിച്ചതും ഈ കലാകാരിയാണ്. ഈ കഥ ഇന്ന് മിക്ക ക്ഷേത്രങ്ങളിലും, ഭാഗവതസപ്താഹയജ്ഞവേദികളിലും അവതരിപ്പിക്കപ്പെട്ടു വരുന്നു.

ഭഗവാൻ ശ്രീകൃഷ്ണന്റെ ശീലുകളെ പ്രകീർത്തിച്ച ഭക്തകവി പൂന്താനത്തിന്റെ കഥയെ ആസ്പദമാക്കി ചിട്ടപ്പെടുത്തിയ കഥകളിയിലും പൂന്താനത്തിന്റെ മാനസകൃഷ്ണനായി വേഷമണിഞ്ഞതും ഈ കലാകാരിയാണ്. കേരളക്കരയിൽ കഥകളിരംഗത്ത് പണ്ടു കാലത്ത് പല സ്ത്രീകളും നിശബ്ദമായി പ്രവർത്തിച്ചിരുന്നെങ്കിലും കഥകളി രംഗത്ത് ഒരു മാറ്റത്തിന് കളമൊരുക്കിയ അനുഗ്രഹീത കലാകാരി ചവറ പാറുക്കുട്ടി എന്ന അതുല്യ പ്രതിഭയോടൊപ്പം പ്രവർത്തിക്കാനുള്ള ഭാഗ്യം ഈ കലാകാരിക്ക് ലഭിച്ചിട്ടുണ്ട്. ഇന്ന് കഥകളിരംഗത്ത് സ്ത്രീ സാന്നിദ്ധ്യമായ തൃപ്പൂണിത്തുറ വനിതാ കഥകളി സംഘത്തോടൊപ്പം അതിലെ വിവിധ തലമുറയിലെ കലാകാരികൾക്കൊപ്പവും മായ ചേർന്ന് പ്രവർത്തിക്കുന്നു.

ഇന്ന് കഥകളിയ്ക്കു പുറമേ കലാമണ്ഡലം പ്രഭാകരൻ മാഷിന്റെ ശിക്ഷണത്തിൽ പഠിച്ച ഓട്ടൻ തുള്ളലും ഈ കലാകാരി അരങ്ങത്ത് അവതരിപ്പിക്കുന്നു. കേരളത്തിന്റെ തനതു കലയും നാട്യരംഗത്തിന്റെ ലാസ്യഭാവവും നിറഞ്ഞു നിൽക്കുന്ന മോഹിനിയാട്ടം, കഥകളിയ്ക്ക് പ്രാധാന്യം നൽകി ഗുരുഗോപിനാഥ് ചിട്ടപ്പെടുത്തിയ കേരള നടനം എന്നീ നൃത്ത വിഷയങ്ങളും ഈ കലാകാരിക്ക് വഴങ്ങുമെന്ന് കലാലോകം തിരിച്ചറിഞ്ഞു.

ഒരു കാലത്ത് കേരളത്തിലെ സ്ത്രീജനങ്ങൾ അവരുടെ ഇഷ്ടവിനോദമായി കരുതിയിരുന്ന കൈ കൊട്ടിക്കളി, ആചാര അനുഷ്ഠാനങ്ങളുടെ കലയായ തിരുവാതിരകളി എന്നിവയിലും അഗാധമായ അറിവും, അവതരണപാഠവവും ഈ കലാകാരിക്കുണ്ട്. കൂടാതെ, മികച്ച സംഗീതജ്ഞ കൂടിയാണ് മായാ നെല്ലിയോട്. സംഗീതത്തിൽ ബിരുദം നേടിയ ഈ കലാകാരി മോഹിനിയാട്ടത്തിൽ ഡിപ്ലോമയും കരസ്ഥമാക്കിയിട്ടുണ്ട്. കലാരംഗത്ത് ഒരു സകലകലാവല്ലഭയായി മായാ നെല്ലിയോട് ആസ്വാദകർക്കുമുന്നിൽ നിറഞ്ഞാടുകയാണ് ഇന്നും. കഥകളി ജീവിതത്തിൽ അരങ്ങിലും അണിയറയിലും മറക്കാനാകാത്ത നിരവധി മുഹൂർത്തങ്ങൾ ഈ കലാകാരിക്ക് ഉണ്ടായിട്ടുണ്ട്.

ഒരിക്കൽ ഗുരുവായൂർ ക്ഷേത്രത്തിൽ (ഇന്നത്തെ മേല്പത്തൂർ ഓഡിറ്റോറിയം അന്നില്ല. പകരം ഭഗവാന്റെ തിരുമുൻപിൽ നടക്കു

ന്ന സന്താനഗോപാലം കഥകളി.) അതുല്യപ്രതിഭയായ കലാമണ്ഡലം ഗോപിയാശാനോടൊപ്പം കൃഷ്ണവേഷത്തിൽ മായയാണ് അരങ്ങിൽ. കളി നടന്നുകൊണ്ടിരിക്കെ നന്നേ പ്രായമായ കുറച്ച് അമ്മമാർ എത്തി സാക്ഷാൽ ഉണ്ണിക്കണ്ണനവതരിച്ചു എന്ന ഭാവത്തോടെ കാൽ തൊട്ടുവണങ്ങിയ മുഹൂർത്തം ആർക്കാണ് മറക്കാനാകുക!

മറ്റൊരവസരത്തിൽ കുചേലവൃത്തം കഥയിൽ കുചേലനായി സ്വന്തം പിതാവ് നെല്ലിയോട് വാസുദേവൻ നമ്പൂതിരി, കുചേലപത്നിയായി ചെറുപ്രായക്കാരിയായ മകൾ മായയും. – 'ഭർത്താവേ തവ...' എന്നു തുടങ്ങുന്ന പദം ആടേണ്ടി വന്ന മകളുടെ മാനസികാവസ്ഥ അല്പം ദുർഘടമായിരുന്നു. സ്വന്തം അച്ഛനെ ഭർത്താവായി സങ്കല്പിച്ച് അരങ്ങത്ത് ആടാൻ മാനസികമായി ബുദ്ധിമുട്ടിയ മായയ്ക്ക് അന്നത്തെ സഹോദരതുല്യനായ എഴിക്കോട് ഹരികുമാറിന്റെ വാക്കുകൾ ഊർജ്ജം പകർന്നു. 'അരങ്ങിൽ അച്ഛനും മകളുമില്ല' പകരം കഥാപാത്രങ്ങൾ മാത്രം. കഥാപാത്രത്തെ ഉൾക്കൊണ്ട് അരങ്ങിലാടുക. ഈ വാക്കുകൾ മനസിലുറപ്പിച്ച് കുചേലപത്നിയെ അന്വർത്ഥമാക്കിയ മായ പിന്നിട് നിരവധി അരങ്ങുകളിൽ വിവിധ കഥകളിൽ അച്ഛന്റെ തന്നെ പത്നിയായി അഭിനയിച്ചിട്ടുണ്ട്. ഒരിക്കൽ കോട്ടയ്ക്കലിൽ നടന്ന ഒരു കളിയിൽ കേശിനി കെട്ടാൻ ആളില്ലാതെ വന്നപ്പോൾ കോട്ടയ്ക്കൽ ശിവരാമനാശൻ, 'നെല്ലിയോടിന്റെ മകൾ കെട്ടട്ടെ' എന്നു പറഞ്ഞതും ഈ കലാകാരിയുടെ മനസ്സിൽ മായാതെ നിൽക്കുന്നു.

കലാരംഗത്ത് തന്റേതായ കൈയ്യൊപ്പ് ചാർത്തിയ മായ നെല്ലിയോട് വിദ്യാഭ്യാസത്തിലും തന്റേതായ വ്യക്തിമുദ്ര പതിപ്പിച്ചിട്ടുണ്ട്. സ്കൂൾ വിദ്യാഭ്യാസം പൂർത്തിയാക്കിയ മായ തന്റെ പഠനം കലയോടൊപ്പം ഒട്ടും പ്രധാന്യം കുറയ്ക്കാതെ മുന്നോട്ട് കൊണ്ടുപോയി. പ്രീഡിഗ്രി വിദ്യാഭ്യാസം പൂർത്തിയാക്കിയ ശേഷം സംഗീതത്തിൽ ബിരുദവും, സംസ്കൃതത്തിലും, സൈക്കോളജിയിലും, ഇംഗ്ലീഷിലും ബിരുദാനന്തര ബിരുദവും ഒപ്പം എം.ഫിലും നേടി. തുടർന്നു പി എച്ച്.ഡി. നേടിയ മായ ഇന്ന് ഇരിങ്ങാലക്കുട സെന്റ് മേരീസ് ഹയർസെക്കന്ററി സ്കൂളിലെ അദ്ധ്യാപികയായി സേവനമനുഷ്ഠിക്കുന്നു. കഥകളി കലാകാരിയായതു കൊണ്ടു തന്നെ സഹനത്തിന്റെയും, ത്യാഗത്തിന്റെയും പാത പണ്ടുമുതലേ ഈ കലാകാരിക്ക് അന്യമല്ല. സേവനമേഖലയിൽ സർക്കാർ സംവിധാനത്തിൽ കുട്ടികളെ പ്രാപ്തമാക്കുന്ന എൻ.സി.സി യിൽ മേജർ

റാങ്കു നേടിയ ഈ കലാകാരി കുട്ടികളെ ഉത്തമപൗരന്മാരായി വാർത്തെടുക്കാൻ ശ്രദ്ധ കേന്ദ്രീകരിക്കുന്നു. കേരളത്തിലെ കലാ, സാംസ്കാരിക, സാമൂഹിക, സേവനമേഖലകളിൽ നിറസാനിദ്ധ്യമാകാൻ ഈ കലാകാരിക്ക് സാധിച്ചിട്ടുണ്ട്. നാല്പതാം വയസ്സിൽ തോന്നിയ ഒരു കൗതുകമാണ് കളരിപ്പയറ്റ് പഠനത്തിലേക്ക് നയിച്ചത്. ഇന്ന് മായ നല്ലൊരു കളരിപ്പയറ്റുകാരി കൂടിയാണ്. നല്ല രീതിയിൽ കളരി അഭ്യാസം നടത്തുന്ന മായ സമസ്തമേഖലകളിലും തന്റെ പ്രവർത്തനങ്ങളാൽ തന്റേതായ ഒരിടം കണ്ടെത്തിയിരിക്കുന്നു. ഈ തിരക്കുകൾക്കിടയിലും ഈ കലാകാരി സ്വന്തം കുടുംബത്തിനും വളരെയധികം പ്രാധാന്യം നൽകിയാണ് മുന്നോട്ടു പോകുന്നത്. ഭർത്താവ് മഠത്തിൽ മുണ്ടിയൂർ ദിവാകരൻ. അദ്ദേഹം ഒരു ഗണിതശാസ്ത്ര അദ്ധ്യാപകനാണ്. ആയുർവേദത്തിൽ എം.ഡി.യ്ക്കു പഠിക്കുന്ന ഒരു മകനാണ് ഈ ദമ്പതികൾക്കുള്ളത്.

സ്ത്രീകൾ ഇന്ന് സമൂഹത്തിന്റെ മുഖ്യധാരയിലേക്ക് എത്തപ്പെട്ടു കഴിഞ്ഞുവെന്നും വെല്ലുവിളികൾ എല്ലാ രംഗത്തും ഉണ്ടാകാമെന്നും ധൈര്യപൂർവ്വം അവയെ നേരിട്ട് മുന്നോട്ട് പോകണമെന്നുമാണ് മായയുടെ അഭിപ്രായം. ഓരോ വ്യക്തികൾക്കും ഈ സമൂഹത്തോട് ഒരു കടമയുണ്ട്. അത് ചെയ്യുവാൻ എല്ലാവർക്കും ധാർമ്മികമായ ഉത്തരവാദിത്വവുമണ്ട്. അതിനായി നാം സ്വീകരിക്കുന്ന വഴി സംശുദ്ധമാകണമെന്നു മാത്രം. വെല്ലുവിളികൾ തരണം ചെയ്യുമ്പോഴാണ് ഓരോരുത്തരും ശക്തരായി ത്തീരുന്നത്. നമ്മുടെ 'നാരീശക്തിസ്വരൂപ'ത്തെ വീണ്ടെടുക്കാൻ ഈ കാലഘട്ടത്തിലെ പെൺകുട്ടികൾ തയ്യാറാകണം. പുരുഷന്മാരുടേത് എന്നു പറഞ്ഞ് കഥകളിമേഖലയിൽ നിന്ന് മാറിനിന്നിരുന്ന സ്ത്രീസമൂഹം ഇന്ന് വേഷം മുതൽ വാദ്യം വരെ സ്വായത്തമാക്കിയിരിക്കുന്നു.

കഥകളി മേഖലയിൽ ഒരു കാലത്ത് അബലകളായിരുന്ന സ്ത്രീസമൂഹം ഇന്ന് അതിബലകളായി മാറിയിരിക്കുന്നു. ഇതിന് ആക്കം കൂട്ടുന്ന പ്രവർത്തനമെന്ന നിലയിലാണ് കലാമണ്ഡലത്തിലെ പെൺകുട്ടികളുടെ കഥകളി പഠനം. കലാരംഗത്ത് നമ്മുടെ കുട്ടികൾക്ക് ശോഭനമായ ഒരു ഭാവിയുണ്ടാകട്ടെ. നമ്മുടെ കലാലോകത്തിന് ഒരു മുതൽക്കൂട്ടായി അവർ വളരണം, ഇതാണ് മായാ നെല്ലിയോടിന്റെ സ്വപ്നം. അത് സാക്ഷാത്കരിക്കാൻ എല്ലാവരും തയ്യാറാകേണ്ട കാലമാണ് നമ്മുടെ മുന്നിലുള്ളത്...

൦൦

11

പത്തുതലയുള്ള രാവണനെ പത്തു വിരലുകൾ കൊണ്ടവതരിപ്പിക്കുന്ന കലാകാരി

അഡ്വ: രഞ്ജിനി സുരേഷ്

കഥകളിരംഗത്തെ മുടി ചൂടാമന്നനായ കലാമണ്ഡലം രാമൻകുട്ടി നായരുടെ പ്രഥമശിഷ്യൻ കലാമണ്ഡലം കരുണാകരൻ എന്ന വൈക്കം കരുണാകരനാശാന്റെയും, പി.ഡബ്ല്യു.ഡിയിൽ എഞ്ചിനിയറായ കാവുക്കുട്ടിയുടെയും മൂന്നുമക്കളിൽ ഇളയവളായി എറണാകുളത്താണ് രഞ്ജിനിയുടെ ജനനം. രണ്ട് ആൺമക്കൾക്കു ശേഷം ജനിച്ച കുട്ടി ആയതിനാൽ അച്ഛനമ്മമാരുടെ പൊന്നോമനയായാണ് രഞ്ജിനി വളർന്നത്. എറണാകുളം ജില്ലയിലെ ഫാക്ടിന്റെ ക്വാർട്ടേഴ്സിലെ ബാല്യകാലം കഥകളി പഠനത്തിന് രഞ്ജിനിയെ വളരെയധികം സഹായിച്ചിട്ടുണ്ട്.

വീടിനടുത്തുള്ള ഫാക്ട് കഥകളി വിദ്യാലയത്തിലെ കളരിയുണരുന്നത് കണ്ടും കേട്ടുമാണ് ഈ കലാകാരിക്ക് കഥകളിയോട് ബാല്യ മുതൽക്കേ ഒരാഭിമുഖ്യം ഉണ്ടായത്. അച്ഛന്റെ പാരമ്പര്യവും കഥകളി വിദ്യാലയത്തിന്റെ അന്തരീക്ഷവും ഈ കലാകാരിയുടെ വളർച്ചയിൽ നാഴികക്കല്ലാണ്. കാണുന്ന ചുവടുകളും കേൾക്കുന്ന പദങ്ങളുമെല്ലാം ഹൃദിസ്ഥമാക്കി. അച്ഛൻ കഥകളി നടനായിരുന്നുവെങ്കിൽ അമ്മ മികച്ച കഥകളി ആസ്വാദകയായിരുന്നു. എറണാകുളം, തൃപ്പൂണിത്തുറ അടക്കം ഏതു സ്ഥലത്തു കഥകളി നടന്നാലും അവിടെയെല്ലാം കാണിയായി അമ്മയോടൊപ്പം രഞ്ജിനിയും ഉണ്ടാകും. കരുണാകരനാശാന്റെ മകൾ എന്ന പരിഗണനയിൽ അണിയറയിലും, അരങ്ങിലും എല്ലാവരുടെയും കണ്ണിലുണ്ണിയായാണ് ഈ കലാകാരി വളർന്നത്. അരങ്ങിലെ വേഷങ്ങളെ അതേ വേഷപ്പകർച്ചയോടെ തന്നിലേക്ക് ആവാഹിക്കാൻ കഴിവുള്ള ഒരു കലാകാരിയാണ് രഞ്ജിനി. കാണാൻ പോയ കളികളിൽ

ഏറ്റവും കൂടുതൽ ആകർഷിച്ച ദമയന്തിയുടെ 'സാരീനൃത്തം' വീട്ടിലെത്തി ചേട്ടന്മാരുടെയും, അമ്മയുടെയും, കഥകളി വിദ്യാലയത്തിലെ കുട്ടികളുടെയും മുന്നിൽ അവതരിപ്പിക്കുക പതിവായിരുന്നു. അങ്ങനെ ഈ കലാകാരിയിലെ കഴിവുകളെ കണ്ടെത്തിയത് അന്നത്തെ ഫാക്ടിലെ വിദ്യാർത്ഥിയായി എത്തി ഇന്ന് കത്തിവേഷത്തിന്റെ എണ്ണം പറഞ്ഞ കലാകാരനായ ഫാക്ട് മോഹനൻ ആശാനായിരുന്നു. മോഹനൻ ആശാൻ തന്റെ ഗുരുവും രഞ്ജിനിയുടെ അച്ഛനുമായ കരുണാകരനാശാനെ വിവരം അറിയിക്കുകയും ചെയ്തു. 'മോഹനാ, നീ പഠിപ്പിക്ക് അവളെ', എന്നായി ഗുരുനാഥൻ. അവിടെ നിന്നാണ് ഇന്നത്തെ കഥകളിലോകത്തെ സ്ത്രീകളിൽ കത്തിവേഷത്തിൽ പകരം വയ്ക്കാനാവാത്ത കലാകാരിയിലേക്കുള്ള രഞ്ജിനിയുടെ വളർച്ചയുടെ ആരംഭം കുറിച്ചത്.

രണ്ട് വർഷത്തെ പഠനത്തിനു ശേഷം മോഹനനാശാൻ തിരികെ പോയ ശേഷം അച്ഛൻ തന്നെയാണ് മകളെ തുടർന്ന് പഠിപ്പിച്ചത്. ഏഴാം വയസ്സിൽ ദമയന്തി വേഷത്തിൽ രഞ്ജിനി അരങ്ങേറ്റം കുറിച്ചു. അക്കാലത്ത് സ്ക്കൂൾ കലോൽസവങ്ങളിൽ കഥകളി മത്സരം വളരെ സജീവമായി നടക്കുന്ന കാലഘട്ടമായിരുന്നു. ഗുരുവിന് തന്റെ ശിഷ്യ കലോത്സവത്തിൽ പങ്കെടുക്കണമെന്ന് താല്പര്യമുണ്ടായിരുന്നു. എന്നാൽ കേവലം മത്സരഭാഗം മാത്രം പഠിച്ച് അവതരിപ്പിക്കുന്നത് ശരിയല്ല അതിനാൽ കഥാപാത്രത്തെ പൂർണ്ണമായി പഠനവിധേയമാക്കണമെന്ന് അദ്ദേഹത്തിന് നിർബന്ധമുണ്ടായിരുന്നു. തുടർന്നുള്ള ജീവിതത്തിലും ഈ കലാകാരി ഇത് തന്റെ ജീവിതവ്രതമായി തുടർന്നു പോരുന്നു. എല്ലാത്തരം ചെറിയ വേഷങ്ങളും ഈ കലാകാരി തന്റെ പഠനവിഷയമായി എടുത്ത് ആസ്വാദകർക്കായി അരങ്ങിൽ അവതരിപ്പിച്ചിട്ടുണ്ട്. അറിവോടും വിവേകത്തോടും കൂടിയുള്ള പഠനം, സംസ്ഥാന സ്കൂൾ കലോത്സവത്തിലും, യൂണിവേഴ്സിറ്റി കലോത്സവത്തിലും കഥകളിയിൽ ഒന്നാം സ്ഥാനം നേടാൻ ഈ കലാകാരിയെ സഹായിച്ചിട്ടുണ്ട്.

കലാപഠനത്തിനോടൊപ്പം തന്നെ തന്റെ ജീവിത വിജയത്തിനാവശ്യമായ വിദ്യാഭ്യാസത്തിനും രഞ്ജിനി പ്രാധാന്യം നൽകി. ഫാക്ട് ഹൈസ്കൂളിൽ നിന്ന് പത്താം ക്ലാസ്സ് പഠനം നല്ല നിലയിൽ പൂർത്തിയാക്കിയ ഈ കലാകാരി ഉന്നതനിലയിൽത്തന്നെ പ്രീഡിഗ്രിപഠനവും പൂർത്തിയാക്കി. പഠനമികവും കാര്യങ്ങളെ സംസാരിച്ച് അവതരിപ്പിക്കാനുള്ള ചാതുര്യവും കണക്കിലെടുത്ത് എൽ.എൽ.ബി പഠനത്തിനായി എറണാകുളം ലോ കോളേജിൽ

ചേർന്നു പഠിച്ചു. അവിടെ നിന്നും എൽ.എൽ.ബി യും എൽ. എൽ. എമ്മും ഉന്നതനിലയിൽ പൂർത്തീകരിച്ച ശേഷം വക്കീലായി എൻട്രോൾ ചെയ്തു. മകൾ നന്നായി വിദ്യാഭ്യാസം നടത്തണം ഒപ്പം കഥകളിയെ കൈവിടാതെ മുന്നോട്ടുപോകണം എന്ന അച്ഛന്റെ സ്വപ്നത്തെ സാക്ഷാത്കരിച്ച മകളായി ഇന്ന് ഈ കലാകാരിയെ കഥകളിലോകം അംഗീകരിച്ചു കഴിഞ്ഞു.

കുടുംബം, ഫാക്ടിന്റെ കോർട്ടേഴ്സിൽ നിന്നും തൃപ്പൂണിത്തുറയിൽ സ്ഥിരതാമസമാക്കിയത് ഈ കലാകാരിയുടെ ജീവിതത്തിലെ ഒരു വഴിത്തിരിവായിരുന്നു. 1989 മുതൽ വനിതാകഥകളി സംഘവുമായി ചേർന്ന് പ്രവർത്തിച്ച ഈ കലാകാരിക്ക് ഒട്ടനവധി അവസരങ്ങളാണ് അക്കാലത്ത് ലഭിച്ചിരുന്നത്. അതു കൊണ്ടുതന്നെ ഫാക്ട് പത്മനാഭനാശാന്റെ ശിക്ഷണത്തിൽ ഒട്ടനവധിവേഷങ്ങൾ ഈ കലാകാരി ചൊല്ലിയാടുകയുണ്ടായി. ഒരു കലാകാരിയെന്ന നിലയിൽ ധാരാളം നല്ല വേഷങ്ങൾ അവതരിപ്പിക്കാൻ രഞ്ജിനിക്കു കഴിഞ്ഞിട്ടുണ്ട്. അവർ ഏറെ പ്രിയത്തോടെ അരങ്ങിൽ അവതരിപ്പിച്ച വേഷങ്ങളിലേറെയും പുരുഷവേഷങ്ങളായിരുന്നു.

കഥകളിയിലെ നിറസാനിദ്ധ്യമായ അഡ്വ: രഞ്ജിനിയുടെ ജീവിതപങ്കാളി അഡ്വ. സുരേഷ് ആണ്. കഥകളി രംഗത്ത് തുടർന്നു പോകുന്നതിന് ഭർത്താവിന്റെ പൂർണ്ണമായ പിന്തുണ ഈ കലാകാരിക്കുണ്ടായിരുന്നു.

ഇക്കാലയളവിൽ ഗുരുനാഥൻ കൂടിയായ അച്ഛന്റെ ദേഹവിയോഗം രഞ്ജിനിയെ വല്ലാതെ ഉലച്ചു. കുറേക്കാലത്തേക്ക് കഥകളി പഠനവും, അവതരണവും, എന്തിനേറെ കളി കാണാൻ പോലുമാകാതെ ഈ കലാകാരി നന്നേ വിഷമിച്ചു. രണ്ട് വർഷത്തെ ഇടവേളക്ക് ശേഷം വീണ്ടും അച്ഛൻ ആഗ്രഹിച്ച പോലെ കഥകളി രംഗത്ത് രഞ്ജിനി വീണ്ടും സജീവമായി. 'മോളെ നിനക്ക് ചേരുക കത്തി വേഷമാണ്.' എന്ന ആശാന്റെ വാക്കുകൾ കേട്ട ഈ കലാകാരി കത്തിവേഷത്തിൽ തന്റെ ശ്രദ്ധ കേന്ദ്രീകരിച്ചു. 'രാവണോത്ഭവ'ത്തിലെ രാവണൻ വിശദമായി പഠിക്കണമെന്ന ആഗ്രഹം ഗുരുവിനെ അറിയിച്ചു. പത്മനാഭനാശാൻ രഞ്ജിനിയെ കലാമണ്ഡലം ശ്രീകുമാറാശാനെ ഏല്പിച്ചു. തുടർന്ന് ഗുരുസ്ഥാനത്തുനിന്ന് ചൊല്ലിയാടിച്ചത് അദ്ദേഹമായിരുന്നു. ഉത്ഭവം രാവണന്റെ അനന്തസാധ്യതകളെ കോർത്തിണക്കി 2007-ൽ അരങ്ങിൽ അവതരിപ്പിക്കാൻ ഈ കലാകാരിക്ക് സാധിച്ചു.

കഥകളിലോകം അന്നുവരെ ദർശിച്ചിട്ടില്ലാത്ത തരത്തിലുള്ള

വ്യത്യസ്തതകൾ ആ രാവണനിൽ ഉണ്ടായിരുന്നു. അത് സാധ്യമായതിന്റെ പിന്നിൽ കലാമണ്ഡലം രാമൻകുട്ടി നായരാശാന്റെ രാവണവേഷ പ്രഭാവമായിരുന്നു. 'രാമായണം വായിച്ചാലും, കഥകളി കണ്ടാലും എന്റെ മനസ്സിൽ തെളിയുന്ന രാവണന്റെ രൂപം രാമൻകുട്ടി നായരാശാന്റേതാണ്' എന്നാണ് രഞ്ജിനിയുടെ പക്ഷം.

കുട്ടിക്കാലം മുതലുള്ള കഥകളി പഠനം കൊണ്ട് ഒട്ടേറെ വേഷങ്ങൾ കെട്ടിയാടാനുള്ള അവസരം ഈ കലാകാരിക്ക് ലഭിച്ചിട്ടുണ്ട്. കുട്ടിത്തരം, ഇടത്തരം, മുഴുനീളെ വേഷങ്ങളും ഇതിൽ ഉൾപ്പെടും. പഠിക്കുന്നതെല്ലാം വിശദമായി പഠിക്കണമെന്നും, പഠന കാര്യത്തിൽ വ്യത്യസ്തത പുലർത്തണമെന്നും ഈ കലാകാരിക്ക് നിർബന്ധമുണ്ടായിരുന്നു. ലവകുശന്മാർ, ഇന്ദ്രൻ, പ്രഹ്ളാദൻ, തുടങ്ങിയവേഷങ്ങളിൽ നിന്നാരംഭിച്ച് രുഗ്മിമിണി സ്വയംവരം, സന്താനഗോപാലം, കുചേലവൃത്തം തുടങ്ങി നിരവധി കൃഷ്ണവേഷങ്ങൾ, ദക്ഷയാഗത്തിലെ ശിവൻ, സതി, രാവണോത്ഭവം, ബാലിവധം, ബാലിവിജയം എന്നിവയിൽ രാവണൻ, ഉത്തരാസ്വയംവരത്തിലെ ദുര്യോധനൻ, ദുര്യോധനവധത്തിലെ കൃഷ്ണൻ, നരകാസുരൻ, ലളിത, പൂതന, കുന്തി, സൈരന്ധ്രി, ബലഭദ്രൻ, കല്യാണസൗഗന്ധികത്തിലെ ഹനുമാൻ തുടങ്ങി നിരവധി വേഷങ്ങൾ ഇതിനോടകം തന്നെ ഈ കലാകാരി അരങ്ങിൽ അവതരിപ്പിച്ചിട്ടുണ്ട്.

വന്ദ്യരായ നിരവധി കലാകാരന്മാരോടൊന്നിച്ച് വേഷം കെട്ടിയ അനുഭവങ്ങൾ ഈ കലാകാരി പങ്കുവയ്ക്കുന്നു. മനസ്സിലെ മായാത്ത ഓർമ്മ ഫാക്ട് പത്മനാഭനാശാനോടൊന്നിച്ചുള്ള കൂട്ടുവേഷമാണ്. ഒരു കുട്ടിയോടെന്ന ലാളനയോടെയാണ് അരങ്ങിൽ അദ്ദേഹം പ്രവർത്തിച്ചത്. കലാമണ്ഡലം ഗോപിയാശാൻ, കലാമണ്ഡലം ചന്ദ്രശേഖര വാര്യർ ആശാൻ, സദനം കൃഷ്ണൻ കുട്ടിയാശാൻ, മാർഗ്ഗി വിജയൻ ആശാൻ, കലാമണ്ഡലം ശ്രീകുമാറാശാൻ, കലാമണ്ഡലം ബാലസുബ്രമണ്യൻ ആശാൻ, കലാമണ്ഡലം രാമചന്ദ്രനുണ്ണിത്താനാശാൻ, കലാമണ്ഡലം കൃഷ്ണകുമാറാശാൻ, കലാമണ്ഡലം ദേവദാസ് ആശാൻ തുടങ്ങി യുവതലമുറയിലെ കലാകാരന്മാരോടൊത്തും വേഷം തീർത്ത അനുഭവം ഈ കലാകാരിക്കുണ്ട്. അതുപോലെ തന്നെ വനിതാകഥകളി സംഘത്തിലെ കലാകാരികളും ഒരു കുടുംബം പോലെ ഒന്നിച്ചു പോകുന്നവരാണെന്ന് ഈ കലാകാരി ഓർമ്മിക്കുന്നു.

കേരളത്തിലെ ഒട്ടുമിക്ക ക്ഷേത്രങ്ങളിലും ഈ കലാകാരിക്ക് വേഷം കെട്ടാനുള്ള ഭാഗ്യം ലഭിച്ചിട്ടുണ്ട്. കഥകളി ക്ലബ്ബുകൾ, കലാ

പഠന കേന്ദ്രങ്ങൾ എന്നിവയിലും സ്ഥിരം സാന്നിധ്യമാണ് ഈ കലാകാരി. കേരളത്തിനു പുറത്തു മുംബൈ, ചെന്നൈ എന്നിവിടങ്ങളിലും, ചെന്നൈ ആസ്ഥാനമാക്കി പ്രവർത്തിക്കുന്ന കലാക്ഷേത്രയിലും ഈ കലാകാരി സ്വന്തം കലാപാടവം തെളിയിച്ചു. ഇതിനോടകം നിരവധി അംഗീകാരങ്ങളും രഞ്ജിനിയെ തേടിയെത്തി.

കഥകളി രംഗത്തും, പ്രെഫഷണൽ രംഗത്തും പ്രവർത്തിക്കുന്ന ഈ കലാകാരി ഒരു മികച്ച സാമൂഹ്യ പ്രവർത്തക കൂടിയാണ്. തൃപ്പൂണിത്തുറയുടെ മണ്ണിൽ നിന്ന് ഒരു കലാകാരിക്ക് ലഭിക്കാവുന്ന നിരവധി സാമൂഹിക അംഗീകാരങ്ങൾ അഡ്വ. രഞ്ജിനി സുരേഷിന് ലഭിച്ചിട്ടുണ്ട്. 2005 മുതൽ 2010 വരെയുള്ള കാലഘട്ടത്തിൽ തൃപ്പൂണിത്തുറ നഗരസഭാ അധ്യക്ഷയായിരുന്നു. ഇപ്പോൾ കഥകളിയിൽ ശ്രദ്ധ കേന്ദ്രീകരിച്ചിരിക്കുന്ന ഈ മഹതി പെൺകുട്ടികൾക്കായി വൈക്കം കരുണാകരൻ ആശാന്റെ പേരിൽ ഒരു കഥകളി വിദ്യാലയം നടത്തി വരുന്നു. ഒരു കലാകാരിയെന്ന നിലയിൽ ഇപ്പോൾ കലാക്ഷേത്രയിൽ ഗവേണിംഗ് ബോഡി മെമ്പറായി കേന്ദ്ര സർക്കാർ നിയമിച്ചതും രഞ്ജിനിയെ ആണ്. സൊസൈറ്റി ഫോർ പ്രെമോഷൻ ഓഫ് ആർട്ട് ആൻഡ് മ്യൂസിക് എമംഗ് യൂത്തിന്റെ പാനൽ മെമ്പറാണ്.

നിരവധി പുരസ്കാരങ്ങൾ ഈ കലാകാരിക്ക് കലാലോകം സമർപ്പിച്ചിട്ടുണ്ട്. കേന്ദ്ര സംഗീത നാടക അക്കാദമി നൽകുന്ന ബിസ്മില്ല ഖാൻ യുവ പുരസ്ക്കാരം, തോടയം കഥകളി ക്ലബ്ബ് പുരസ്ക്കാരം, കലാസാഗർ പുരസ്ക്കാരം, ശ്രീരാമകൃഷ്ണ മിഷൻ പുരസ്ക്കാരം എന്നിവ അവയിൽ ചിലതു മാത്രമാണ്.

ഇന്ന് കഥകളി മേഖലയിലേക്ക് നിരവധി വനിതകൾ എത്തുന്നുണ്ട്. പെൺ എന്ന മുദ്രയുടെ അടിസ്ഥാനത്തിൽ ഇവർ മാറി നിൽക്കരുത് എന്നാണ് ഈ കലാകാരിയുടെ അഭിപ്രായം. പെൺകുട്ടികൾ അവരുടെ കാര്യങ്ങൾ സ്വന്തമായി ചെയ്യാൻ പഠിക്കണം. വരും കാലങ്ങളിൽ പെൺകുട്ടികളുള്ള അണിയറയാവും ഉണ്ടാകുക എന്നവർ ഉറപ്പിച്ചു പറയുന്നു. ഒപ്പം അതിനാവശ്യമായ മാറ്റങ്ങളും കടന്നു വരും. അതുപോലെ തന്നെ അവരെ അംഗീകരിക്കാൻ മറ്റുള്ളവർ തയ്യാറാകുകയും വേണം. ഇപ്പോഴത്തെ കുട്ടികൾ കേവലം കലോത്സവത്തിൽ പങ്കെടുക്കാൻ മാത്രമല്ലാതെ അടിസ്ഥാനപരമായ കഥകളി പഠനത്തിലേക്ക് ശ്രദ്ധ കേന്ദ്രീകരിക്കേണ്ടതും പ്രധാനമാണ്.

വേഷങ്ങൾ ആർക്കും ചെയ്യാം, എന്നാൽ കഥകളിയെന്നത് ഒരു വേഷം മാത്രമല്ല എന്ന് ഈ കലാകാരി ഓർമ്മപ്പെടുത്തുന്നു. പണ്ട് അണിയറകളിൽ ചർച്ചകൾ സജീവമായി നടക്കാറുണ്ടായിരുന്നു. അന്യംനിന്ന ആ സംസ്കാരം നമുക്ക് പുനഃസൃഷ്ടിക്കാൻ കഴിയണം. ഏതൊരു വേഷത്തിലും അനന്തമായ സാധ്യതകളുണ്ട്. അവയെ ചർച്ചയിലൂടെ പരിഷ്കരണങ്ങൾക്കു വിധേയമാക്കണം. ഇന്നത്തെ കലാപ്രവർത്തകർ ഒത്തൊരുമിച്ച് വലിപ്പച്ചെറുപ്പമില്ലാതെ കഥകളിയെന്ന കലയെ മാത്രം സ്നേഹിച്ച് പ്രവർത്തിച്ചാൽ കഥകളിയെ വിശ്വോത്തരമായ കലയായി എന്നെന്നും നിലനിർത്താൻ നമുക്കാവുമെന്ന് ഈ കലാകാരി ഉറപ്പിക്കുന്നു.

○○

ശ്രീമൻ സഖേ വിജയ ധീമൻ സകലഗുണ-
ധാമൻ സ്വാഗതമോ സുധാമൻ
സോമൻ ത്രിജഗദഭി- രാമൻ വണങ്ങിടും നിൻ
മുഖപങ്കജമിഹ കണ്ടതിനാലതി
സുഖസംഗത സുദിനം ദിനമിതു മമ

12

ഗുരുവിന്റെ സൗന്ദര്യസങ്കല്പത്തെ അന്വർത്ഥമാക്കിയ കലാകാരി

ഡോ. ഹരിപ്രിയ നമ്പൂതിരി

കഥകളിലോകത്തിന് തൃപ്പൂണിത്തുറയുടെ വരദാനങ്ങളായി ഒട്ടനവധി കലാകാരന്മാരും കലാകാരികളും ഉണ്ടായിട്ടുണ്ട്. തൃപ്പൂണിത്തുറയുടെ പൈതൃകം കലയുമായി ബന്ധപ്പെട്ട് രൂപപ്പെട്ടതാണ്. തൃപ്പൂണിത്തുറ പൂർണ്ണത്രയീശ്ശന്റെ ക്ഷേത്രവും, ക്ഷേത്രത്തിലെ എട്ടു ദിവസത്തെ ഉത്സവവും ആ ഉത്സവരാവുകളെ ധന്യമാക്കുന്ന കഥകളിയും, ആനയും, മേളവും, സംഗീതക്കച്ചേരിയും എല്ലാമെല്ലാം ഈ സ്ഥലത്തിന്റെ കലാപാരമ്പര്യത്തെ വിളിച്ചോതുന്നവയാണ്. അതുപോലെ തന്ന വളരെ പ്രസിദ്ധമാണ് ഉത്തരമലബാറിന്റെ കഥകളി ചരിത്രവും പാരമ്പര്യവും. കോട്ടയ്ക്കലും, വെള്ളിനേഴിയും, ഒക്കെ അതിന് ഉദാഹരണങ്ങളാണ്. അനേകം മഹാരഥന്മാർ ഈ സ്ഥലങ്ങളെയൊക്കെ ധന്യമാക്കി കടന്നു പോയിട്ടുണ്ട്. പിന്തുടർച്ചാവകാശികളായി ആയിരങ്ങൾ ഇന്നും ഈ പ്രദേശത്തു നിന്നും വളർന്നു വന്ന് കലാലോകത്ത് നിറഞ്ഞുനിൽക്കുന്നു. അതുപോലെ ഒരു ചരിത്രനിയോഗത്തിന് സാക്ഷികളായ രണ്ട് സ്ഥലങ്ങളാണ് തൃപ്പൂണിത്തുറയിലെ പുലിയന്നൂർ മനയും മഞ്ചേരിയിലെ പുല്ലൂർ മനയും. പുല്ലൂർ മനയുടെ ചരിത്രം പരിശോധിച്ചാൽ കെ.പി.എസ്സ് മേനോന്റെ കഥകളി രംഗത്തിൽ പുല്ലൂർമനയുടെ ചരിത്രവും കഥകളി പ്രാധാന്യവും പ്രതിപാദിക്കുന്നുണ്ട്. ആ കുടുംബത്തിലെ ഒട്ടുമിക്ക അംഗങ്ങൾക്കും ഈ കലയുമായി അഭേദ്യമായ ബന്ധമാണുള്ളത്.

1973-ൽ പുലിയന്നൂർ സുബ്രഹ്മണ്യൻ നമ്പൂതിരിപ്പാടിന്റെയും പുല്ലൂർ മനയിൽ ഉമാദേവി അന്തർജ്ജനത്തിന്റെയും മകളായാണ് ഹരിപ്രിയയുടെ ജനനം. ആ വീട്ടിൽ അവൾ കേട്ടതും കണ്ടതും

കലയും, കലാ ഉപാസകരെയുമായിരുന്നു. ഹരിപ്രിയയുടെ ചിറ്റമ്മ മുതലുള്ള കുടുംബാംഗങ്ങൾ നെല്ലിയോട് വാസുദേവൻ നമ്പൂതിരിയുടെ ശിക്ഷണത്തിൽ കഥകളി പഠനം നടത്തിയവരാണ്. ഇന്ന് കഥകളിരംഗത്ത് തിളങ്ങിനിൽക്കുന്ന കലാമണ്ഡലം സാജൻ, പുല്ലൂർ മനയിലെ അംഗമാണ്.

കഥകളി വേഷരംഗത്ത് മാത്രമല്ല കഥകളി സംഗീതത്തിലും ഈ കുടുംബത്തിൽ നിന്നും അനുഗ്രഹീതരായ കലാകാരന്മാർ ഉണ്ടായിട്ടുണ്ട്. അമ്മയുടെ കുടുംബ പാരമ്പര്യവും, തൃപ്പൂണിത്തുറയുടെ സ്വാധീനവും ഒത്തു ചേർന്നപ്പോൾ ഹരിപ്രിയ എന്ന കലാ മനസ്സ് അതിവേഗം വളർന്നു. എന്നാൽ ചെറുപ്പകാലത്ത് കണ്ടു തുടങ്ങിയ കഥകളി മനസ്സിൽ കിടന്ന് പാകമായി പഠനത്തിലേക്കും അതു വഴി കലാലോകത്തിലേക്കും കടന്നുവരാൻ വിവാഹവും അതിനു ശേഷം ഒരു പുത്രന്റെ ജനനം വരേക്കും ഹരിപ്രിയക്ക് കാത്തിരിക്കേണ്ടി വന്നു. തൃപ്പൂണിത്തുറയിൽ സ്ഥിരതാമസമാക്കിയ ഹരിപ്രിയയുടെ ചെറുപ്പകാലം വിദ്യാഭ്യാസത്തിന് ഊന്നൽ നൽകിയാണ് കടന്നുപോയത്. ആ സമയങ്ങളിൽ പഠനത്തോടൊപ്പം കലകൾ കാണാനായിരുന്നു അധികവും താല്പര്യം. ആ കാലഘട്ടത്തിൽ ടെലിവിഷൻ അടക്കുള്ള വിനോദമാർഗ്ഗങ്ങൾക്കു പ്രചാരം സിദ്ധിച്ചിരുന്നില്ല. സിനിമ കാണലും പതിവല്ല. ആകെയുള്ളത് ക്ഷേത്രോത്സവങ്ങളും ആചാരങ്ങളും മാത്രമായിരുന്നു. അതുകൊണ്ടു തന്നെ എവിടെ ഒരു കലാപരിപാടി നടന്നാലും അതു കാണാൻ പോകുക എന്നത് ഹരിപ്രിയ പതിവാക്കിയിരുന്നു. തൃപ്പൂണിത്തുറയ്ക്ക് സമീപപ്രദേശങ്ങളിലുള്ളള ക്ഷേത്രങ്ങളിലും പ്രത്യേകിച്ച, ചോറ്റാനിക്കരക്ഷേത്രം എന്നിവിടങ്ങളിൽ കഥകളി നടക്കുമ്പോൾ ഒരു സ്ഥിരം കാഴ്ചക്കാരിയായി ഹരിപ്രിയ.

പഠനസമയത്ത് ശാസ്ത്രീയ സംഗീതവും, അതിലുപരി കഥകളി സംഗീതവും പഠിക്കുന്നതിനും ഈ കലാകാരി സമയം കണ്ടെത്തിയിരുന്നു. സ്കൂൾ പഠനശേഷം കോളേജ് വിദ്യാഭ്യാസത്തിലേക്ക് കടന്നു. പഠനത്തിൽ അതീവ ബുദ്ധിമതിയായ ഈ കലാകരി ബിരുദത്തിനു ശേഷം ബി.എഡും അതിനെത്തുടർന്ന് രസതന്ത്രത്തിൽ ബിരുദാനന്തര ബിരുദവും കരസ്ഥമാക്കി. ഫാഷൻ ഡിസൈനിംഗിൽ ഡിപ്ലോമ നേടിയ ഹരിപ്രിയ ചിന്മയ വിദ്യാലയത്തിൽ അദ്ധ്യാപികയായും സേവനമനുഷ്ഠിച്ചിട്ടുണ്ട്.

കുടുംബം എന്ന സങ്കൽപ്പം ഭാരതീയ സമൂഹത്തെ സംബന്ധിച്ച് തങ്ങളുടെ ജീവിതത്തിന്റെ ഭാഗമായി ഉടലെടുത്ത ഒന്നാണ്.

കുടുംബബന്ധങ്ങളുടെ ഊഷ്മളതയെന്തെന്ന് വളരെ നല്ലതു പോലെ കണ്ടുംകേട്ടും അനുഭവത്തിലൂടെ അറിഞ്ഞും വളർന്ന ഹരിപ്രിയയെ മധു നമ്പൂതിരി വിവാഹം കഴിച്ചു. വൈവാഹികജീവിതത്തിനിടയിലും തന്റെ മനസ്സിലുള്ള കലയെ കൈവിടാതെ ഈ കലാകാരി കാത്തുസൂക്ഷിച്ചു. ഒരു മകനു ജന്മം നല്കിയ ശേഷവും പുല്ലൂർമനയിലെ സ്ഥിരം സാന്നിധ്യമായിരുന്നു.

പുല്ലൂർ മനയിൽ എല്ലാ ബന്ധുക്കളും അഞ്ചു വർഷത്തിലൊരിക്കൽ ഒന്നിച്ചു കൂടുക പതിവായിരുന്നു. 1997-ൽ പുല്ലൂർ മനയിൽ കുടുംബസംഗമം വിപുലമായ ചടങ്ങുകളോടെയാണ് നടന്നത്. സമാപനത്തോടനുബന്ധിച്ച് ഒരു രാവു നീണ്ട കഥകളിയും തീരുമാനിച്ചു. പി.കെ. ദേവൻ എഴുതി ചിട്ടപ്പെടുത്തി ചൊല്ലിയാടിയ ഒരു പുതിയ കഥയാണ് അന്ന് അരങ്ങിൽ അവതരിപ്പിച്ചത്. അര വയസുകാരൻ മകനെ മടിയിലിരുത്തി ആവേശത്തോടെ ഹരിപ്രിയ ആ കഥകളി മുഴുവൻ കണ്ടു. ഓരോ രംഗം കാണുമ്പോഴും കഥാപാത്രങ്ങളെ മനസ്സിലേക്ക് ആഴത്തിലെത്തിക്കാൻ ഈ കലാകാരിക്ക് കഴിഞ്ഞു. ഓരോ കഥാപാത്രവും തന്നിലൂടെ പുനർജ്ജനിക്കാൻ ആ മനസ്സ് വെമ്പൽ കൊണ്ടു. ആ കഥാപാത്രങ്ങൾ വർണ്ണച്ചിറകു വിരിച്ച് ഹരിപ്രിയയുടെ ഉള്ളിൽ പാറിക്കളിച്ചു. ആ കളിവിളക്കിന്റെ മുന്നിൽ വച്ച് ഹരിപ്രിയ ഒരു തീരുമാനമെടുത്തു, ഈ ജീവിതം ഇനി കഥകളിക്കു വേണ്ടി ഉഴിഞ്ഞു വയ്ക്കും.

ഇരുപത്തിനാലാം വയസ്സിൽ കഥകളി പഠിക്കണമെന്ന മോഹവുമായി കഥകളിലോകം ദക്ഷിണ വച്ച് നമസ്കരിക്കുന്ന ആർ. എൽ. വി. ദാമോദരപിഷാരടിയാശാന്റെ കളരിയിൽ എത്തി. ഈ കളരിയിലേക്കുള്ള യാത്രയിൽ കുടുംബത്തിൽ പലരും പ്രായോഗിക ബുദ്ധിമുട്ടുകൾ പറഞ്ഞ് നിരുത്സാഹപ്പെടുത്താൻ ശ്രമിച്ചു. 'അണിയറയും, അരങ്ങും അടക്കിവാഴുന്നത് പുരുഷഗണങ്ങളാണ് സ്ത്രീയായ നിനക്ക് അതിന് സാധിക്കുമോ?' എന്നു ചിലർ ചോദിച്ചു. കഥകളി പാരമ്പര്യമുള്ള കുടുംബമാണെങ്കിലും ബുദ്ധിമുട്ടുകൾ നിരത്തി അവർ പിന്തിരിപ്പിക്കാൻ ശ്രമിച്ചെങ്കിലും കഥകളിയുമായി ഒരു ബന്ധവുമില്ലാത്ത ഭർത്താവും ഭർതൃവീട്ടുകാരും ഹരിപ്രിയയെ പ്രോത്സാഹിപ്പിച്ചു. മകനായ ഋഷിക്ക് ഒന്നരവയസ്സ് പ്രായമുള്ളപ്പോൾ 1998-ൽ ചേരാനെല്ലൂർ കാർത്ത്യായനി ക്ഷേത്രത്തിൽ ദക്ഷയാഗത്തിൽ 'സതി'യായി അരങ്ങേറ്റം കുറിച്ചു.

ആശാന്റെ സ്ത്രീവേഷ സൗന്ദര്യസങ്കല്പത്തെ അന്വർത്ഥമാക്കുന്ന വേഷപ്പകർച്ചയായിരുന്നു അത്. അരങ്ങേറ്റദിവസം കളി

കാണാനെത്തിയ ഒരു ആസ്വാദകൻ 'വേഷം കണ്ടിട്ട് അരങ്ങേറ്റമാണെന്ന് തോന്നിയില്ല', എന്നു പറഞ്ഞത് സത്യത്തിൽ ആദ്യ കളിക്കു തന്നെ അവാർഡ് കിട്ടിയ പോലെയാണ് ഹരിപ്രിയക്കു തോന്നിയത്. അതിനു ശേഷം ഫാക്ട് പത്മനാഭനാശാന്റെ ശിക്ഷണത്തിൽ കഥകളിയിലെ കൂടുതൽ സ്ത്രീ വേഷങ്ങൾ പഠിച്ചു. പുരുഷവേഷങ്ങളേക്കാൾ സ്ത്രീ വേഷത്തോടാണ് ഈ കലാകാരിക്ക് എന്നും ഏറെ ഇഷ്ടം.

2004-ൽ കുടുംബത്തോടൊപ്പം കോയമ്പത്തൂരിലേക്ക് ഹരിപ്രിയ താമസം മാറി. അവിടെയും കഥകളി പഠനം തുടർന്നു. ആ സമയത്ത് ഗുരുവായിത്തീർന്നത് കലാമണ്ഡലം വാസുപിഷാരടിയാശാനായിരുന്നു. ആശാനിൽ നിന്നും സൈരന്ധ്രി, ലളിതമാർ, ഉർവശി, എന്നീ ചിട്ടപ്രധാനമായ വേഷങ്ങൾ ചൊല്ലിയാടി. സതി, രുഗ്മിണി എന്നീ സ്ത്രീവേഷങ്ങൾ ചെയ്ത ഹരിപ്രിയ നമ്പൂതിരി, പുരുഷവേഷങ്ങളും അരങ്ങിൽ അവതരിപ്പിച്ചിട്ടുണ്ട്. കേരളത്തിലങ്ങോളമിങ്ങോളമുള്ള ക്ഷേത്രങ്ങൾ, കഥകളി ക്ലബ്ബുകൾ എന്നിവിടങ്ങൾക്കു പുറമേ, വിദ്യാലയങ്ങളിലെ ഡെമോൺസ്ട്രേഷൻ ക്യാമ്പുകളിലും കഥകളി അവതരിപ്പിക്കാൻ ഈ കലാകാരിക്ക് കഴിഞ്ഞിട്ടുണ്ട്. വിദേശരാജ്യങ്ങളായ ഓസ്ട്രേലിയ, യു.എ.ഇ എന്നിവിടങ്ങളിൽ നടന്ന കഥകളി ഫെസ്റ്റുകളിൽ വേഷം ചെയ്യാനുള്ള ഭാഗ്യവുമുണ്ടായി. ഏകദേശം രണ്ടായിരത്തിലധികം അരങ്ങുകളിൽ തന്റെ കലാവൈഭവത്തെ അവതരിപ്പിക്കാനായി എന്നത് ഈ കലാകാരിയുടെ കഴിവിനെയാണ് വെളിവാക്കുന്നത്.

കഥകളിലോകത്തെ മുൻനിര കലാകാരന്മാരായ കലാമണ്ഡലം ഗോപിയാശാൻ, കലാമണ്ഡലം വാസു പിഷാരടിയാശാൻ, നെല്ലിയോട് വാസുദേവൻ നമ്പൂതിരി, സദനം കൃഷ്ണൻകുട്ടിയാശാൻ, കലാമണ്ഡലം രാമചന്ദ്രനുണ്ണിത്താൻ ആശാൻ തുടങ്ങിയവരോടൊപ്പം നിരവധി വേഷങ്ങൾ ഈ കലാകാരി അവതരിപ്പിച്ചിട്ടുണ്ട്. മറക്കാനാകാത്ത ഒട്ടനവധി ധന്യമുഹൂർത്തങ്ങളാണ് ഈ കലാകാരിക്ക് അരങ്ങിൽ നിന്നും ലഭിച്ചത്. ആശാന്മാരുടെ പ്രോത്സാഹനം വളരെ വലുതായിരുന്നു. കാറൽമണ്ണയിൽ നടന്ന രുഗ്മിണി സ്വയംവരം കളിയിൽ സുന്ദര ബ്രാഹ്മണനായി വാസു പിഷാരടിയാശാനും രുഗ്മിണിയായി ഹരിപ്രിയയും രംഗത്ത് എത്തി. അന്നവിടെ കളി കാണാനുണ്ടായിരുന്ന കോട്ടയ്ക്കൽ ശിവരാമനാശാൻ കളി മുഴുവൻ കഴിഞ്ഞ് തലയിൽ കൈവെച്ച് അനുഗ്രഹിച്ചത് ഇന്നും ഓർമകളിൽ അമൂല്യനിധിയായി ഈ കലാകാരി സൂക്ഷിക്കുന്നു. കഥ

കളിമേഖലയിൽ അനേകം ഗുരുതുല്യരായ കലാകാരന്മാരോടൊ ത്ത് പ്രവർത്തിച്ചിട്ടുള്ള ഹരിപ്രിയനമ്പൂതിരിയെ സ്വാധീനിച്ചത് കലാമണ്ഡലം വാസുപിഷാരടിയാശാനായിരുന്നു. അദ്ദേഹത്തിന്റെ വേഷസൗന്ദര്യത്തെക്കുറിച്ചുള്ള കാഴ്ചപ്പാട് വളരെ വലുതാണ്. ഒരു കഥാപാത്രത്തെക്കുറിച്ച് ആശാനോട് ചോദിച്ചാൽ ആ കഥാ പാത്രത്തെ മനസ്സിൽ പ്രതിഷ്ഠിക്കത്തക്ക തരത്തിലാണ് പറഞ്ഞു മനസിലാക്കിക്കുക. വേഷം ഒരുങ്ങുന്നതും, തിരനോക്ക്, വാദ്യം, സംഗീതം എന്നിവയിലും വ്യക്തമായ കാഴ്ചപ്പാടുള്ള വ്യക്തിത്വമാ യിരുന്നു അദ്ദേഹത്തിന്റേത്. ചിട്ടപ്രധാനമായ വേഷങ്ങൾ ചെയ്യു മ്പോൾ ചിട്ട നിലനിർത്താൻ ഏറെ ശ്രമിച്ചിരുന്നു. അതുപോലെ തന്നെയുള്ള മറ്റൊരു വ്യക്തിവിശേഷമാണ് കോട്ടയ്ക്കൽ ശിവരാ മനാശാൻ. ഹരിപ്രിയനമ്പൂതിരിയുടെ കഥകളിയിലെ സ്ത്രീവേഷ സങ്കല്പം തന്നെ ഈ മഹാനായ കലാകാരനെ അടിസ്ഥാനമാക്കി യാണ്. വളരെയധികം പ്രോത്സാഹനങ്ങൾ അദ്ദേഹത്തിൽ നിന്നും ഈ കലാകാരിക്ക് ലഭിച്ചിട്ടുണ്ട്. ഹരിപ്രിയ നമ്പൂതിരി ഡോക്ടർ ഹരിപ്രിയാ നമ്പൂതിരി ആയതിന്റെ പിന്നിലും ഇത്തരത്തിൽ മാർ ഗ്ഗദീപമായി നിന്ന കലാകാരന്മാരുടെ അനുഗ്രഹമാണ്.

'കഥകളിയിലെ സ്ത്രീത്വം' എന്ന വിഷയത്തിൽ നടത്തിയ ഗവേഷണത്തിനാണ് ഹരിപ്രിയയ്ക്ക് പി.എച്ച്.ഡി. ലഭിക്കുന്നത്. എക്കാലവും അണിയറയിലും അർഹമായ പരിഗണന ഈ കലാ കാരിക്ക് ലഭിച്ചിട്ടുണ്ട്. ഒരു സ്ത്രീയെന്ന നിലയിൽ ശാരീരികമായ ബുദ്ധിമുട്ടുകൾ ഉണ്ടായ സമയത്തും സഹോദരിഭാവത്തോടെ സഹായിച്ച അണിയറ പ്രവർത്തകരെ ഇന്നും ഓർമ്മയിൽ സൂക്ഷി ക്കുന്നു ഈ കലാകാരി. ആധുനിക കാലഘട്ടത്തിൽ ഇവയ്ക്കെ ല്ലാം പരിഹാരമെന്ന തരത്തിൽ അണിയറയിൽ കൂടുതൽ സൗക ര്യങ്ങൾ ഒരുക്കുന്നതിൽ ഇന്നു സംഘാടകർ വളരെയധികം ശ്രദ്ധി ക്കാറുണ്ട് എന്നുള്ളത് വരും തലമുറയിലെ കലാകാരികൾക്ക് ആശ്വാസകരമാണ്.

കലാകാരന്മാർക്ക് അരങ്ങ് എന്നത് ഒരു ആശ്വാസമാണ്. കലാ കാരിയുടെ മാനസികാവസ്ഥ കലാപ്രകടനത്തെ ബാധിക്കുമെന്ന പൊതുധാരണ തെറ്റാണെന്നാണ് ഈ കലാകാരിയുടെ അഭിപ്രാ യം. ഏത് മോശമായ മാനസികാവസ്ഥയിൽ അണിയറയിൽ എത്തിയാലും സഹപ്രവർത്തകരുമായുള്ള ഇടപെടൽ അതെല്ലാം ഇല്ലാതാക്കുമെന്നും അരങ്ങിൽ കാര്യങ്ങൾ കൃത്യമായി അവതരി പ്പിക്കാനുള്ള മനോബലം കിട്ടുമെന്നും അനുഭവത്തിന്റെ അടിസ്ഥാ

നത്തിൽ ഈ കലാകാരി വ്യക്തമാക്കുന്നു. കലാകാരന്മാർ ജീവിത പ്രയാസങ്ങൾക്കിടയിലും കലാരംഗത്ത് ശോഭിക്കുന്നത് ഇത്തരം മാനസികാവസ്ഥ മൂലമാണെന്ന് ഹരിപ്രിയ അഭിപ്രായപ്പെടുന്നു. നിരവധി അംഗീകാരങ്ങളാണ് ഈ കലാകാരിയെ തേടിയെത്തിയത്. കലാസാഗർ അവാർഡ്, ദേവദാസി പുരസ്ക്കാരം, വെണ്മണി കഥകളി പുരസ്ക്കാരം, നവരസ പുരസ്ക്കാരം, കേന്ദ്രസർക്കാർ സാംസ്കാരിക വകുപ്പിന്റെ ജൂനിയർ ഫെലോഷിപ്പ് എന്നിവ അവയിൽ പ്രമുഖമായവയാണ്.

കഥകളിമേഖലയിൽ കാതലായ മാറ്റങ്ങൾ അനിവാര്യമാണെന്ന് ഈ കലാകാരി അഭിപ്രായപ്പെടുന്നു. ആധുനിക കാലഘട്ടത്തിലെ മനുഷ്യരുടെ സമയക്കുറവ് അവരുടെ ആസ്വാദനത്തെ ബാധിക്കരുത്. അതിനാൽ രാവു നീണ്ട കഥകളിയെന്നത് മാറി കളിയുടെ സമയം നേരത്തേയാക്കി ചിട്ടപ്പെടുത്തണം. പണ്ടുള്ളതിൽ നിന്നും വ്യത്യസ്തമായി വാഹനസൗകര്യം ധാരാളമുള്ള ഈ കാലത്ത് കളി കഴിഞ്ഞ് എല്ലാവർക്കും തിരികെ വീട്ടിലെത്താൻ തരത്തിൽ സമയക്രമീകരണം നടത്തണം. അതോടൊപ്പം പകൽകളിയെന്ന ആശയം നടപ്പിലാക്കാനുള്ള ശ്രമങ്ങൾ ആരംഭിക്കണം. എന്നാൽ രാത്രിയിലെ കഥകളിയെന്ന സംസ്ക്കാരം നിലനിർത്തുകയും വേണമെന്ന് കലാകാരി അഭിപ്രായപ്പെടുന്നു.

കഥകളി ക്ഷേത്രങ്ങളിൽ മാത്രമൊതുങ്ങാതെ ക്ലബുകൾ, കഥകളി ഫെസ്റ്റുകൾ, ക്യാമ്പുകൾ, സെമിനാറുകൾ, സിമ്പോസിയങ്ങൾ എന്നിവയും സംഘടിപ്പിക്കപ്പെടണം. എങ്കിൽ മാത്രമേ കൂടുതൽ ആസ്വാദകരിലേക്ക് ഈ കലയെ എത്തിക്കാൻ സാധിക്കുകയുള്ളു. ആസ്വാദകരിലും ആധുനികത ബാധിച്ചിട്ടുണ്ടെന്ന് ഹരിപ്രിയ അഭിപ്രായപ്പെടുന്നു. പണ്ടുകാലത്ത് കഥകളിയിലായിരുന്നു ആസ്വാദകർക്ക് താല്പര്യമുണ്ടായിരുന്നത്. കാലം മാറിയപ്പോൾ കഥകളിയിലെ താല്പര്യം കലാകാരനിലേക്കും, കലാകാരിയിലേക്കുമായി ചുരുങ്ങി. അവരോടുള്ള വ്യക്തിതാല്പര്യം കൊണ്ട് എത്ര ദൂരെയാണെങ്കിലും അവരുള്ള കളികൾ മാത്രം കാണാൻ പോകുക, ഫോട്ടോകൾ പ്രചരിപ്പിക്കുക എന്ന നിലയിലേക്ക് ഇന്ന് കാര്യങ്ങൾ പരിവർത്തനം ചെയ്യപ്പെട്ടു.

കഥകളി കൂടുതൽ ജനകീയമാകണം. അതിനായി കളിക്കു മുൻപ് കഥ പറയണം. ആസ്വാദകരിൽ കൂടുതൽ ആഴത്തിൽ എത്തിക്കാനായി ഡെമോൺസ്ട്രേഷൻ ക്ലാസ്സുകൾ ഉൾപ്പെടുത്തണം. കൊട്ടാരക്കര തമ്പുരാന്റെ രാമനാട്ടം മുതൽ ഇന്നുവരെയെത്തി നില്

ക്കുന്ന കഥകളി, കാലികമായ മാറ്റങ്ങൾ ഉൾക്കൊണ്ടു വളർന്നു വികസിച്ചിരിക്കുന്നു. ഇനിയും മാറ്റങ്ങൾ അനിവാര്യവുമാണ്. ഉടുത്തുകെട്ട്, വേഷമൊരുക്കം, കളിയോഗം എന്നിവയും മാറ്റത്തിന് വിധേയമാകണം. നല്ല കാര്യങ്ങൾ ഉൾക്കൊള്ളുകയും, മറ്റുള്ളവയെ ഒഴിവാക്കുകയും വേണം.

കഥകളി ഇന്നും ഒരു പുരുഷമേധാവിത്വമുള്ള കലയാണ്. എങ്കിലും മാറ്റങ്ങൾ തുടങ്ങിക്കഴിഞ്ഞു. കേരള കലാമണ്ഡലത്തിൽ പെൺകുട്ടികൾക്ക് പ്രവേശനം നൽകിയത് കഥകളിയിലെ സ്ത്രീപക്ഷത്തെ അംഗീകരിച്ചതിനു തുല്യമാണ്. കുട്ടികൾ മത്സരത്തിനു മാത്രമായി കഥകളി പഠിക്കുന്നതിൽ തെറ്റില്ല എന്നാണ് ഹരിപ്രിയ നമ്പൂതിരിയുടെ അഭിപ്രായം. കാരണം, ഒരിക്കൽ അങ്ങനെയൊന്നുണ്ടായാൽ മനസ്സിൽ ആഗ്രഹമുണ്ടെങ്കിൽ എപ്പോൾ വേണമെങ്കിലും തിരിച്ചു വരാം, കഥകളി പഠിക്കാം. കുട്ടികൾ കഥകളി ഒരു പ്രൊഫഷനായി സ്വീകരിക്കുന്നതിൽ തെറ്റില്ല എന്ന അഭിപ്രായമാണ് ഈ കലാകാരിക്കുള്ളത്. സ്വന്തം ജീവിതം കൊണ്ട് അവർ അത് തെളിയിച്ചു കഴിഞ്ഞു. അത്യാവശ്യം കളിയുള്ള ഒരു കലാകാരിക്ക് മറ്റൊരു ജോലിക്ക് പോകാൻ സാധിക്കില്ല. കാരണം ഒരു അരങ്ങ് കൈകാര്യം ചെയ്ത് തിരികെ വീട്ടിലെത്തണമെങ്കിൽ ഒന്നര ദിവസം വേണം. തിരികെ വന്നു കഴിഞ്ഞാൽ ശാരീരിക ക്ഷീണം ഉണ്ടാകും. മറ്റു ജോലിയുള്ള ഒരാൾക്ക് ഒരു ദിവസം കളിക്കു പോകണമെങ്കിൽ രണ്ട് ദിവസം ലീവ് വേണമെന്ന് ഈ കലാകാരി ഓർമ്മപ്പെടുത്തുന്നു.

ആറുമാസമാണ് കേരളത്തെ സംബന്ധിച്ച് കഥകളിസീസൺ. ആ ആറുമാസം ശരീരത്തിനേറ്റ ക്ഷീണം മാറാൻ ആവശ്യമായ യോഗ, വ്യായാമം, ആരോഗ്യം നിലനിർത്താനാവശ്യമായ ചികിത്സ എന്നിവ മഴക്കാലത്ത് നടത്തുകയും പുതിയ വേഷങ്ങൾ ചൊല്ലിയാടുകയും വേണം. ഇതിനെ അന്വർത്ഥമാക്കിക്കൊണ്ട് ഈ കലാകാരി ഇന്ന് ഫാക്ട് മോഹനൻ ആശാന്റെ ശിക്ഷണത്തിൽ കത്തിവേഷങ്ങളും ഒപ്പം തന്നെ കളരിപ്പയറ്റും പാഠ്യവിഷയമാക്കിയിട്ടുണ്ട്. ചുരുക്കത്തിൽ ഒരു കഥകളി കലാകാരന് മറ്റ് ജോലികൾ പാടില്ല എന്നാണ് ഈ കലാകാരിയുടെ അഭിപ്രായം. വളർന്നു വരുന്ന കുട്ടികൾ ഏത് രംഗത്താണോ അവർ നില്ക്കുന്നത് ആ രംഗത്ത് ഒന്നാമതാകാനുള്ള ശ്രമമാണ് നടത്തേണ്ടത്. കഥകളിയെ ഒരു പാഷനായി മുന്നോട്ട് കൊണ്ടുപോകണമെന്നാണ് കലാകാരിയുടെ അഭിപ്രായം. കഥകളി കളിക്കാൻ വേണ്ടി പഠിക്കാതെ നന്നായി

പഠിച്ച ശേഷം കളിക്കണം. തേയ്ക്കൽ, വേഷം അണിയൽ, വെച്ചു മുറുക്കൽ എന്നിങ്ങനെയെല്ലാം സ്വന്തമായി ചെയ്യാൻ ഇപ്പോഴത്തെ കുട്ടികൾക്ക് സാധിക്കണം. അരങ്ങത്തെ പ്രവർത്തി മാത്രമല്ല കഥകളി. അണിയറ പ്രവർത്തിയും പ്രാധാന്യമുള്ളതാണ്. കൃത്യസമയത്ത് എത്തുക, വൃത്തിയായി അണിഞ്ഞൊരുങ്ങുക, വേഷം വൃത്തിയായി ധരിക്കുക, അരങ്ങിൽ നിന്നും തിരിച്ച് വന്നിട്ടും കോപ്പുകൾ കൃത്യമായി തിരിച്ച്വെക്കുക ഇവയെല്ലാം ഇന്ന് കഥകളി പഠിക്കുന്ന കുട്ടികൾ ശ്രദ്ധിക്കേണ്ട കാര്യമാണ്.

കഥകളിക്ക് ഇന്ന് നല്ല പ്രാധാന്യമാണുള്ളത്. സോഷ്യൽ മീഡിയ വഴി ധാരാളം കളികൾ കാണാൻ ഇന്ന് അവസരങ്ങളുണ്ട്. അതുപോലെ ജീവിതസായാഹ്നങ്ങളിൽ വിരമിച്ച ശേഷം ഒന്നിച്ച് ഒരു കൂട്ടമായി കളി കാണാൻ പോകുന്നവർ എന്നിങ്ങനെ കഥകളിയെ സ്നേഹിക്കുന്നവർ ഇന്ന് വളരെ കൂടുതലാണ്. കാലികമായ മാറ്റങ്ങൾ ഉൾക്കൊണ്ടു കഥകളിമേഖല മുന്നോട്ടു പോകണം. ആ മാറ്റങ്ങൾ ഉൾക്കൊള്ളാൻ ഇപ്പോൾ പഠിക്കുന്ന കുട്ടികൾക്ക് സാധിക്കും. അതിനായി കഥകളി ദേവത ഒപ്പം ഉണ്ടാകുമെന്ന് ഈ കലാകാരി പ്രാർത്ഥിക്കുന്നു.

 OO

ധരണീസുരവര വന്ദേഹം വര
വന്ദേഹം വര വന്ദേഹം വര
തരുണീമണിയാം എന്നുടെ രമണിയെ
തരസാ കൊണ്ടിഹ പോന്നീടുന്നേൻ

13

അച്ഛന്റെ കലാസ്വപ്നങ്ങളെ യാഥാർത്ഥ്യമാക്കി

ഡോ. ജയന്തി ദേവ് രാജ്

കേരളത്തിലെ കഥകളി കലാകാരന്മാരിൽ അഗ്രസ്ഥാനീയനായ കലാനിലയം രാഘവനാശാന്റെയും സുപ്രസിദ്ധ കാഥിക തിരുവല്ല സരസ്വതിയുടേയും നാലുമക്കളിൽ മൂന്നാമത്തെ മകളായി 1975 ൽ കോട്ടയം ജില്ലയിലെ കറുകച്ചാലിലാണ് ജയന്തി എന്ന കലാകാരിയുടെ ജനനം. തുടർന്ന്, കുട്ടികളുടെ പഠനകാര്യങ്ങൾക്കായി ഇരിങ്ങാലക്കുട ഉണ്ണായിവാര്യർ സ്മാരക കലാനിലയത്തിലേക്ക് വൈക്കം കരുണാകരനാശാന്റെ കൈപിടിച്ചു കയറിയ രാഘവനാശാൻ കുടുംബസമേതം ഇരിങ്ങാലക്കുടയിലേക്ക് താമസം മാറുകയായിരുന്നു. കലാനിലയത്തിനു മുന്നിലുള്ള കെട്ടിടത്തിൽ താമസിച്ചു കൊണ്ടായിരുന്നു ജയന്തിയെന്ന കലാകാരിയുടെ കുട്ടിക്കാലം കടന്നു പോയത്. ഇരിങ്ങാലക്കുട ദേശം കലകളുടേയും കലാകാരന്മാരുടേയും ഒരു സ്വപ്നഭൂമിയാണ്. കൂടൽ മാണിക്യസ്വാമിയും, ഉണ്ണായി വാര്യർ സ്മാരക കലാനിലയവും ഒട്ടനവധി കലാകേന്ദ്രങ്ങളും ചേർന്ന് കേരളീയ കലകളായ കൂത്ത്, ഹരികഥ, സോപാന സംഗീതം, കഥകളി, നൃത്തകലകൾ, വാദ്യകലകൾ എന്നിവയെയെല്ലാം പരിപോഷിപിച്ച് അനേകം കലാകാരന്മാരേയും, കലാകാരികളേയുമാണ് ഈ നാട് കലാലോകത്തിന് സമ്മാനിച്ചിട്ടുള്ളത്.

ഇരിങ്ങാലക്കുടയുടെ ഒരു ദിനം ആരംഭിക്കുന്നത് കൂടൽമാണിക്യസ്വാമി ക്ഷേത്രത്തിൽ നിന്നാണ്. സംഗീതവും, മേളവും കേട്ടുണരുന്ന പ്രഭാതങ്ങൾ കൊച്ചുകുട്ടികളുടെ ഹൃദയത്തിൽ പോലും കലാബോധമുണർത്തിയിരുന്നു. അവിടുത്തെ സന്തതിയാകാൻ കഴിഞ്ഞ കലാകേരളത്തിന്റെ സൗഭാഗ്യമാണ് ഈ കലാകാരിയും. അച്ഛനായ കലാനിലയം രാഘവനാശാനിൽ നിന്നും ഉയരുന്ന കഥ

കളിശീലുകൾ കേട്ടു വളർന്ന ജയന്തി ചെറുപ്രായത്തിൽതന്നെ ഗുരുദക്ഷിണ എന്ന കഥയിലെ കുചേലന്റെ കുട്ടിക്കാലത്തെ അവതരിപ്പിച്ചു കൊണ്ടാണ് അരങ്ങേറിയത്. ജയന്തിയെന്ന കലാകാരിയെ സംബന്ധിച്ചിടത്തോളം അതൊരു തുടക്കം മാത്രമായിരുന്നു.

അച്ഛൻ കഥകളി നടനും അദ്ധ്യാപകനുമായിരുന്നെങ്കിലും ജയന്തിക്ക് ഓട്ടൻത്തുള്ളലിനോടായിരുന്നു കൂടുതൽ ഇഷ്ടം. നർമ്മരസപ്രധാനമായ അവതരണ ശൈലിയും ഉടുത്തു കെട്ടും, താളത്തിലുള്ള അഭിനയവും ഈ കലാകാരിയെ ഓട്ടൻത്തുള്ളലെന്ന കലയിലേക്ക് എത്തിച്ചു. ഇതിന് ഒരു കാര്യം കൂടിയുണ്ട് സംസ്ഥാന സ്കൂൾ കലോത്സവത്തിൽ ഏറ്റവും കൂടുതൽ പോയന്റ് നേടിയ ജയശ്രീ എന്ന ജയന്തിയുടെ ചേച്ചിക്ക് കലാമണ്ഡലത്തിൽ സമ്മർ കോഴ്സിനു ചേരാൻ കിട്ടിയ അവസരത്തിൽ ചേച്ചി തിരഞ്ഞെടുത്തത് ഓട്ടൻത്തുള്ളലായിരുന്നു. ചേച്ചിയെ ഓട്ടൻത്തുള്ളൽ പഠിപ്പിക്കാനായി എത്തിയ ആശാന്റെ തുള്ളൽപ്പാട്ടിൽ ആകൃഷ്ടയായിട്ടാണ് ഈ കലാകാരി തുള്ളലിനെ സ്നേഹിക്കാൻ തുടങ്ങിയത്. തുള്ളൻ പാട്ടുകൾ പാടി നടന്ന ഈ കലാകാരിയെ മുദ്രകൾ പഠിപ്പിച്ച് ചിട്ടവട്ടത്തിലാക്കിയത് അച്ഛനും ആദ്യഗുരുവുമായ കലാനിലയം രാഘവനാശാനായിരുന്നു.

കലാമണ്ഡലത്തിൽ പരിശീലനത്തിനു പോയത് ചേച്ചിയാണെങ്കിലും തുള്ളൻ പഠിച്ചത് ജയന്തിയായിരുന്നു. ഇതോടൊപ്പം തന്നെ ഭരതനാട്യത്തിലും, കഥാപ്രസംഗത്തിലും പഠനം തുടരാൻ ജയന്തിക്കു സാധിച്ചു. എൽ.പി. വിഭാഗം സ്കൂൾ കലോത്സവങ്ങളിൽ ഭരതനാട്യം, ഓട്ടൻതുള്ളൽ, കഥാപ്രസംഗം എന്നിവക്ക് തുടർച്ചയായി ഒന്നാം സ്ഥാനം ലഭിച്ചിരുന്നു. എന്നാൽ ഇടയ്ക്കു വച്ച് ഭരതനാട്യത്തെ ഒഴിവാക്കി ഈ കലാകാരിയുടെ മനസ്സിനെ ഏറെ സ്വാധീനിച്ച മോഹിനിയാട്ടത്തിലേക്കു ശ്രദ്ധ കേന്ദ്രീകരിച്ചു. അതോടൊപ്പം കഥകളി പഠനവും ചിട്ടയായി നടത്തി.

അച്ഛന്റെ ശിഷ്യനും ചേച്ചിയുടെ ഭർത്താവുമായ കലാനിലയം ഗോപിയായിരുന്നു പിന്നീട് ഗുരുസ്ഥാനീയനായത്. കലാനിലയം ഗോപിയുടെ ശിക്ഷണത്തിൽ പുറപ്പാടിൽ തുടങ്ങി തോടയം, കുട്ടിത്തരം, ഇടത്തരം, മുഴുനീള വേഷങ്ങൾ, അതിൽ തന്നെ പച്ച, കത്തി, കരി, വെള്ളത്താടി, മിനുക്ക് എന്നീ വേഷങ്ങളിലെ ഒട്ടുമിക്ക കഥാപാത്രങ്ങളെയും ചൊല്ലിയാടാൻ ഈ കലാകാരിക്ക് ഭാഗ്യം ലഭിച്ചിട്ടുണ്ട്. ഓരോ വേഷങ്ങളും സമയമെടുത്തു പഠിച്ചതു കാരണം വേഷത്തെ തന്റേതായ തരത്തിൽ അവതരിപ്പിക്കാൻ ഈ

കലാകാരിക്ക് സാധിക്കുന്നു എന്നത് ഗുരുവിന്റെ ശ്രേഷ്ഠതയോടൊപ്പം കലാകാരിയുടെ തപസ്യകൂടി വെളിപ്പെടുത്തുന്നു. ഹൈസ്കൂൾ ക്ലാസ്സുകളിൽ മൂന്ന് വർഷങ്ങളിലും സംസ്ഥാന സ്കൂൾ യുവജനോത്സവത്തിൽ കഥകളിയിൽ ഒന്നാം സ്ഥാനം നേടുന്നതിനും തുടർന്ന് കോളേജ് വിദ്യാഭ്യാസ സമയത്ത് സർവ്വകലാശാലാ യുവജനോത്സവത്തിൽ തുടർച്ചയായി ഒന്നാം സ്ഥാനം നേടുന്നതിനും ഈ കലാകാരിക്ക് സാധിച്ചിട്ടുണ്ട്. കലാപഠനം തുടരുന്ന അവസരങ്ങളിലും തന്റെ വിദ്യാഭ്യാസത്തെ കൈവിടുവാൻ ഈ കലാകാരി തയ്യാറായില്ല. കോളേജ് വിദ്യാഭ്യാസത്തിൽ ബിരുദാനന്തര ബിരുദം നേടിയ ശേഷം അദ്ധ്യാപകവിദ്യാർത്ഥിനിയായി ബിഎഡ് കോഴ്സിന് ചേർന്നു പഠനം നടത്തി. പഠനം വിജയകരമായി പൂർത്തിയാക്കിയ ശേഷം ക്വാളിറ്റി കൺട്രോളറായി ജോലിയിൽ പ്രവേശിച്ചു. തുടർന്ന് ആ ജോലി ഉപേക്ഷിക്കേണ്ടി വന്നു. 1999-ൽ അദ്ധ്യാപികയായി ജോലിയിൽ പ്രവേശിച്ചു. ഇപ്പോൾ 23 വർഷത്തെ അദ്ധ്യാപനമികവോടെ ഒരു അദ്ധ്യാപികയായി തന്നെ തന്റെ സേവനം കുട്ടികൾക്കായി പ്രയോജനപ്പെടുത്തുകയാണ് ഈ കലാകാരി.

വൈവാഹികജീവിതം ഒരു കലാകാരിയെ സംബന്ധിച്ച് വലിയ ഒരു അനുഗ്രഹം തന്നെയാണ്. തൃശ്ശൂർ ഊരകം സ്വദേശിയായ ദേവ് രാജ് ആണ് ജയന്തിയുടെ ഭർത്താവ്. വിവാഹശേഷം ഭർത്താവുമൊത്ത് വിദേശത്തേക്ക് പോയെങ്കിലും തന്റെ കലയോ, അദ്ധ്യാപന ജീവിതമോ ഉപേക്ഷിക്കാൻ ഈ കലാകാരി തയ്യാറായില്ല. തുടർന്ന് ഒരു മകന് ജന്മം നൽകി അമ്മയായ ഈ കലാകാരി മകന്റെ വളർച്ചയോടൊപ്പം തന്നെ തന്റെ കലാജീവിതത്തേയും ഒന്നിച്ച് മുന്നോട്ടു കൊണ്ടുപോയി. ഭർത്താവിന്റെ അകമഴിഞ്ഞ പിന്തുണയാണ് ഇതു സാധ്യമാക്കിയത്. തിരിച്ച് നാട്ടിലെത്തിയ ശേഷം ഇപ്പോൾ തൃശ്ശൂർ എഞ്ചിനിയറിംഗ് കോളേജിൽ കുട്ടികളുടെ പ്രിയ അദ്ധ്യാപികയായിരിക്കുകയാണ് ഈ കലാകാരി. ഇതിനോടൊപ്പം തന്നെ പഠനഭാഗമായി രസതന്ത്രത്തിൽ പി.എച്ച്.ഡിയും ഈ കലാകാരിയായ അദ്ധ്യാപിക നേടിയിട്ടുണ്ട്.

കഥകളി കുടുംബമാണെങ്കിലും കഥകളി മേഖലയിൽ ഒരു പ്രൊഫഷണലായി തുടരുന്നതിനോട് കുടുംബത്തിന് വലിയ താൽപര്യമുണ്ടായിരുന്നില്ല. അവർ കണ്ടെത്തിയ കാരണത്തിൽ മുന്നിൽ കഥകളിയുടെ സമയക്രമമായിരുന്നു. ദൂരെ സ്ഥലങ്ങളിൽ കളിവന്നാൽ വളരെ നേരത്തേ തന്നെ അവിടെയെത്തണം. വേഷം തീർ

ക്കുന്നതും അണിയറയും അക്കാലത്ത് പുരുഷന്മാർ മാത്രം. കളി തീരുന്നത് അസമയത്താകും. തിരികെ വീട്ടിലേക്കുള്ള യാത്ര ദുഷ്കരമാണ്. എന്നാൽ വീടിനടുത്തുള്ള കളികൾക്ക് പോകുന്നതിൽ എതിർപ്പും ഉണ്ടായിരുന്നില്ല. ഇതോടുകൂടി കളികൾ കുറഞ്ഞു തുടങ്ങി. അപ്പോഴും മനസ്സിൽ കഥകളിയെന്ന രാജകലയോടുള്ള അഭിനിവേശം അവർ ഉള്ളിൽ കെടാതെ സൂക്ഷിച്ചു വന്നു. എന്തായാലും ഒരു വലിയ ഇടവേളക്കുശേഷം വീണ്ടും അരങ്ങത്തേക്ക് എത്താൻ ഈ കലാകാരിക്ക് സാധിച്ചിട്ടുണ്ട്.

ജയന്തിയെന്ന കലാകാരിയുടെ കലാജീവിതത്തിന് ഇന്ന് താങ്ങും തണലുമായി നിൽക്കുന്നത് സഹോദരനായ ഡോക്ടർ കെ. ആർ. രാജീവാണ്. തിരുവനന്തപുരം റീജ്യണൽ ക്യാൻസർ സെന്ററിൽ അസോസ്സിയേറ്റ് പ്രൊഫസറായ അദ്ദേഹം ഒരു മികച്ച കഥകളി നടനാണ്. തിരക്കുപിടിച്ച ജീവിതത്തിനിടയിലും അരങ്ങിൽ കുറച്ചു സമയം ഒരു വേഷം ചെയ്യുന്നതിന്റെ സുഖം മാറ്റാന്നിൽ നിന്നും ലഭിച്ചിട്ടില്ലെന്ന് ഈ കലാകാരി അനുഭവത്തിന്റെ വെളിച്ചത്തിൽ പറയുന്നു.

പിന്നിട്ട വഴികളിൽ മനസ്സിനെ സ്വാധീനിച്ച നിരവധി വേഷങ്ങൾ ഈ കലാകാരി കലാകേരളത്തിന് സമർപ്പിച്ചിട്ടുണ്ട്. സന്താനഗോപാലം, രുഗ്മിണീ സ്വയംവരം, കുചേലവൃത്തം എന്നീ കഥകളിലെ കൃഷ്ണൻ, ഹനുമാൻ, പ്രഹ്ളാദൻ, ഭീമൻ, രാവണൻ, ഉത്തരൻ, ദുര്യോധനൻ, ദക്ഷൻ, കാട്ടാളൻ, അർജ്ജുനൻ, രുഗ്മിണീ, സതി, ഉത്തരൻ, രംഭ, കേശിനി, ദമയന്തി, ഹംസം എന്നിവ അവയിൽ ചിലതുമാത്രമാണ്. വേഷം അവതരിപ്പിക്കുമ്പോൾ അതു പൂർണ്ണതയിലെത്തണമെങ്കിൽ അരങ്ങ് പരിചയം ആവശ്യമാണെന്ന് ഈ കലാകാരി പുതുതലമുറയെ ഓർമ്മപ്പെടുത്തുന്നു. കൂട്ടുവേഷം ആടുന്ന കലാകാരൻ മുന്നിൽ നിൽക്കുന്ന കഥാപാത്രത്തോട് മുദ്രകളിലൂടെ ചോദിക്കുന്ന ചോദ്യങ്ങൾക്ക് മറുപടി പറയണമെങ്കിൽ ഇതാവശ്യമാണ്. അതോടൊപ്പം ഓരോ വേഷവും അതിന്റെ തനതായ ശൈലിയിലും. മനുഷ്യന് മനസ്സിലാകുന്ന ഭാഷയിൽ ലളിതമായും അവതരിപ്പിക്കാൻ ഈ അരങ്ങ് പരിചയം കൊണ്ട് സാധിക്കുമെന്ന് ഈ കലാകാരി സമൂഹത്തോട് പറയുന്നു.

കഥകളിയോടൊപ്പം തന്നെ ഓട്ടൻതുള്ളലും, മോഹിനിയാട്ടവും കേരളത്തിൽ അങ്ങോളമിങ്ങോളമുള്ള വേദികളിൽ അവതരിപ്പിച്ചു വരുന്നു. കലാമണ്ഡലം രാമൻ കുട്ടിനായരാശാൻ, നരിപ്പറ്റയാശാൻ, കലാമണ്ഡലം കേശവൻനമ്പൂതിരിയാശാൻ, കലാനില

യം രാഘവനാശാൻ, മാത്തൂർ ഗോവിന്ദൻക്കുട്ടിയാശാൻ, കലാമണ്ഡലം സുബ്രഹ്മണ്യൻ ആശാൻ, സദനം കൃഷ്ണൻക്കുട്ടിയാശാൻ, കലാമണ്ഡലം രാമകൃഷ്ണനാശാൻ, കലാനിലയം ഗോപിയാശാൻ, കലാമണ്ഡലം മനോജ്, മയ്യനാട് രാജീവ്, കലാനിലയം ഗോപാലകൃഷ്ണനാശാൻ, ആർ.എൽ.വി.രാധാകൃഷ്ണൻ, കലാമണ്ഡലം പ്രദീപ് എന്നീ കലാകാരന്മാരോടൊത്ത് അരങ്ങിൽ കൂട്ടുവേഷം ചെയ്യാൻ ഈ കലാകാരിക്ക് അവസരം ലഭിച്ചിട്ടുണ്ട്. കഥകളി മേഖലയിൽ എല്ലാ കലാകാരന്മാരിൽ നിന്നും വളരെയധികം സഹായങ്ങളും പ്രോത്സാഹനങ്ങളുമാണ് അരങ്ങിലും അണിയറയിലും ലഭിച്ചിട്ടുള്ളത്. വളർന്നുവരുന്ന കലാകാരികൾ ഒരു പ്രൊഫഷനായി കഥകളിയെ സ്വീകരിക്കുന്നതിൽ ഈ കലാകാരിക്ക് വലിയ അഭിപ്രായമൊന്നുമില്ല. മറ്റു കലകൾ അവതരിപ്പിക്കുന്ന സ്ത്രീകൾക്ക് കിട്ടുന്ന പരിഗണന ഒരു കഥകളി കലാകാരിക്ക് ലഭിക്കുന്നില്ല എന്ന അഭിപ്രായം അനുഭവത്തിന്റെ വെളിച്ചത്തിൽ ഈ കലാകാരി സാക്ഷ്യപ്പെടുത്തുന്നു.

കഥകളി നമുക്ക് ഒരു പാഷനായി കൊണ്ടു നടക്കൻ സാധിക്കണം. ജീവിതസാഹചര്യം മെച്ചപ്പെടുത്താൻ ഇക്കാലത്ത് പെൺകുട്ടികൾക്ക് ജോലിയാവശ്യമാണ്. അതോടൊപ്പം തന്നെ കഥകളിയെ കൊണ്ടു നടക്കാൻ നമുക്ക് സാധിക്കണം. കൂടാതെ കുടുംബത്തിന് നല്ല പ്രാധാന്യം കൊടുക്കണം. നമ്മുടെ ആവശ്യങ്ങൾക്ക് വേണ്ടി നാമിന്ന് ഏതറ്റം വരെയും പോകുന്ന ആധുനിക കാലത്ത് കഥകളിയെന്ന ദൈവീകകലയെ ജീവശ്വാസമായി നിലനിർത്താൻ ഏതറ്റം വരെയും പോകാൻ തയ്യാറാകണം.

കലകൾ എല്ലാം തന്നെ മനുഷ്യനിലെ ആദ്ധ്യാത്മികതയെ ഉണർത്തുന്നവയാണ്. അതിനെ നിലനിർത്തുന്നതും കൊണ്ടു നടക്കുന്നതും ദൈവീകമായ അനുഭൂതിയാണ് പ്രദാനം ചെയ്യുന്നത്. പുതിയ തലമുറ അത് മനസ്സിലാക്കി കഥകളിയെ ചിട്ടയോടെ പഠിച്ച് ഓരോ വേഷത്തെയും അതിന്റെ പൂർണ്ണമായ അർത്ഥതലത്തിൽ മനസ്സിലാക്കി കഥാപാത്രത്തെ ഉൾക്കൊണ്ട് അവതരിപ്പിക്കണം. ഇത് എല്ലാ കലാകാരികൾക്കും കഴിയുമെന്ന് ഇവർ ഓർമ്മപ്പെടുത്തുന്നു.

14

മറാത്തയിൽ ജനിച്ച്. കഥകളിയെ സ്നേഹിച്ച കലാകാരി

പ്രിയ നമ്പൂതിരി

കലാരംഗത്ത് നിരവധി സംഭാവനകൾ നൽകിയ നാടാണ് പാലക്കാട്. പാലക്കാട് ജില്ലയിലെ ഗ്രാമങ്ങളിൽ നമ്മുടെ നാടിന്റെ തനതു കലാരൂപങ്ങൾ ഇന്നും സജീവമായി നില കൊള്ളുന്നുണ്ട്. അങ്ങനെയുള്ള ഒരു നാടാണ് ശ്രീകൃഷ്ണപുരം. ഇവിടെ നിന്നും ഉയർന്നു വന്ന കഥകളി കലാകാരിയാണ് പ്രിയ നമ്പൂതിരി. ശ്രീകൃഷ്ണപുരത്ത് ധാരാളം ക്ഷേത്രങ്ങളും, കലാകാരന്മാരും ഉണ്ടായിരുന്നു. ക്ഷേത്രോത്സവങ്ങളിൽ കഥകളി ഒരു പതിവുകാര്യവും. കഥകളിപ്പദം മൂളാനറിയാത്ത ഒരാളെ അവിടെ കണ്ടുകിട്ടില്ല എന്നും പറയാം.1980-ൽ ശ്രീകൃഷ്ണപുരം കോടനാട്ട് മനയിൽ കെ.എസ് നമ്പൂതിരിയുടെയും ഭാര്യ ദേവീ അന്തർജ്ജനത്തിന്റെയും മകളായി മുംബൈയിലാണ് പ്രിയ ജനിച്ചത്. ശ്രീകൃഷ്ണപുരം സ്വദേശി ആയിരുന്നതിനാൽത്തന്നെ കെ എസ് നമ്പൂതിരിയും കുടുംബവും കഥകളിയുമായി അടുത്ത ബന്ധം പുലർത്തിയിരുന്നു. നിരവധി കഥകളി കലാകാരന്മാരുടെ വേഷപകർച്ച കണ്ട് ആസ്വദിക്കുന്ന നല്ല ആസ്വാദകരായ ബന്ധുക്കളെയും കണ്ടാണ് പ്രിയ വളർന്നത്. നാടിന്റെ ഓർമ്മകൾ സദാ പിന്തുടർന്നതിനാൽത്തന്നെ ആർ.ബി.ഐ.യിൽ ഉദ്യോഗസ്ഥനായിരുന്ന കുടുംബനാഥൻ അവധി ലഭിച്ചിരുന്നപ്പോഴെല്ലാം സകുടുംബം നാട്ടിലേക്ക് എത്തുകയും പതിവായിരുന്നു. നാടുവിട്ടു മുംബൈയിലേക്കു കുടിയേറിയെങ്കിലും മലയാളമണ്ണിന്റെ ഗന്ധം അന്യനാട്ടിലെ ജീവിതത്തിലും പ്രിയയുടെ കുടുംബം ഒപ്പം കൂട്ടി. ആ നിർബന്ധബുദ്ധി, മഹാരാഷ്ട്രയിൽ ഹിന്ദിയും, മാറാഠിയും സംസാരിച്ചിരുന്നവരുടെ ഇടയിൽ ജീവിക്കുമ്പോഴും മകളെ മലയാളം പഠിപ്പിച്ച്, സംസാരിപ്പിക്കുന്നതിൽ

അതിയായ പങ്ക് വഹിച്ചു. ആ മലയാളപഠനം പിൽക്കാലത്ത് പ്രിയയെന്ന കലാകാരിയുടെ വളർച്ചയ്ക്ക് വളരെയധികം ഗുണകരമായി മാറി.

മുംബൈയിലെ വീട്ടിൽ ഒഴിവുസമയങ്ങളിൽ കെ.എസ്. നമ്പൂതിരി ഏറ്റവും അധികം കേട്ടിരുന്നത് മലയാളഗാനങ്ങളും, കഥകളിപ്പദങ്ങളുമായിരുന്നു. ആ പാട്ടുകളിൽ കുഞ്ഞുപ്രിയ ആകൃഷ്ടയായി. അവധിക്കാലത്ത് നാട്ടിലെത്തുന്ന പ്രിയയെ നാട്ടിലെ ബന്ധുക്കൾ കാത്തിരിക്കും. ആ കൊച്ചു മിടുക്കിയുടെ കലപില മലയാളം കേൾക്കാനാണത്. ബന്ധുക്കളുടെ തോളത്തിരുന്ന് പാലക്കാടൻ ഗ്രാമത്തിന്റെ ഭംഗി ആസ്വദിച്ച്, കുളങ്ങളും തോടുകളും ആറും കടന്ന് പച്ചവിരിച്ച വയലുകൾക്കിടയിലൂടെയുള്ള യാത്രകൾ ചെറുപ്പകാലത്ത് പ്രിയ ഒരുപാട് ആസ്വദിച്ചിട്ടുണ്ട്. ആ യാത്ര അവസാനിച്ചിരുന്നത് പൂരം നടക്കുന്ന ക്ഷേത്രങ്ങളിലാണ്. അവിടെ ആനയും അമ്പാരിയും ചെണ്ടമേളവും, കൊട്ടും, പാട്ടും, ഉച്ചത്തിലുള്ള കതിനാവെടികളും, ആകാശത്തു വിരിയുന്ന വർണ്ണവിസ്മയക്കാഴ്ചകളും അവൾ ധാരാളം കണ്ടു. ക്ഷേത്രമതിലകത്തെ രംഗമണ്ഡപത്തിൽ നിന്നും ഉയരുന്ന പാട്ടിന് വീട്ടിൽ കേൾക്കുന്ന പാട്ടിന്റെ അതേ ഈണം, അതേ താളം! കഥകളിപ്പദമായിരുന്നു അത്.

വർണ്ണരാജി വിരിയുന്ന വേഷങ്ങൾ, തിരശ്ശീല മാറ്റി പുറത്തുവരുന്ന നിമിഷം പ്രിയയുടെ മനസ്സിലെ ആനന്ദം പറഞ്ഞറിയിക്കാനാകില്ല. ആ കുരുന്നുകണ്ണുകൾ അരങ്ങിലെ വേഷവിധാനങ്ങളിൽ ആകൃഷ്ടയായി. ക്രമേണ ആ വേഷങ്ങളുമായി താദാത്മ്യം പ്രാപിക്കാൻ പ്രിയക്ക് സാധിച്ചു. അവധിക്കാലത്ത് പ്രിയ കണ്ടുതീർത്ത കഥകളിയരങ്ങുകൾക്ക് കണക്കില്ല. പേരക്കുട്ടിയെ ലാളിക്കാനായി കാത്തിരുന്ന വല്യച്ഛനും, വല്യമ്മയ്ക്കും കുട്ടിയെ കിട്ടാത്ത അവസ്ഥയായി. കുഞ്ഞുപ്രിയക്ക് മറ്റൊന്നും വേണ്ട. നാട് കാണണം, നാട്ടാരെക്കാണണം, കഥ കേൾക്കണം, കഥകളി കാണണം. അങ്ങനെ ആഘോഷമായി കടന്നു പോയ ബാല്യകാലം പ്രിയയിൽ കഥകളിയോടുള്ള ഇഷ്ടം നിറച്ചു.

'അച്ഛാ എനിക്ക് കഥകളി പഠിക്കണം', അവധിക്കാലം കഴിഞ്ഞു തിരിച്ച് മുംബൈയിലെത്തിയ പ്രിയ തന്റെ ആവശ്യം അച്ഛനെ അറിയിച്ചു. മകളുടെ എല്ലാ ആവശ്യങ്ങളും അപ്പോൾ തന്നെ സാധിച്ചുകൊടുത്തിരുന്ന ആ അച്ഛൻ ഒന്നാലോചിച്ചു. മുംബൈ എന്ന മഹാനഗരത്തിൽ ആരാണ് കഥകളി പഠിപ്പിക്കാനുണ്ടാവുക? അച്ഛനും അമ്മയും തങ്ങളുടെ നിസ്സഹായാവസ്ഥ പ്രിയയെ പറഞ്ഞു

ബോധ്യപ്പെടുത്താൻ ശ്രമിച്ചു. മറ്റേതു കലയും അവിടെ പഠിപ്പിക്കാൻ ആളുണ്ട്. അത് വല്ലതും പഠിച്ചാൽപ്പോരേ എന്നായിരുന്നു അവരുടെ അഭിപ്രായം. എന്നാൽ പ്രിയ തന്റെ വാശിയിൽ ഉറച്ചു നിന്നു.

മകളുടെ ആവശ്യമറിഞ്ഞ ബന്ധുക്കൾ പ്രായോഗിക ബുദ്ധിമുട്ടുകൾ നിരത്തി പിന്തിരിപ്പിക്കാൻ ശ്രമിച്ചു. എന്നാൽ മകളുടെ വാശിയുടെ ഗൗരവം മനസ്സിലാക്കിയ അച്ഛൻ കഥകളി പഠിപ്പിക്കാനുള്ള ആശാനെ തേടിയിറങ്ങി. പലവഴിക്കും അന്വേഷിച്ചു. ആദ്യമൊക്കെ നിരാശയായിരുന്നു ഫലം. അന്വേഷണത്തിനൊടുവിൽ കലാമണ്ഡലത്തിൽ പഠിച്ച ഒരാൾ അവിടെ നളന്ദ എന്ന ആർട്സ് കോളേജിൽ അദ്ധ്യാപകനായി ജോലിക്കെത്തിയെന്നു മനസ്സിലാക്കി പിതാവ് അദ്ദേഹത്തെ സമീപിച്ചു. അത് മറ്റാരുമായിരുന്നില്ല കലാമണ്ഡലം സി. ഗോപാലകൃഷ്ണൻ എന്ന അതുല്യ കഥകളിനടനായിരുന്നു. പ്രിയയുടെ കഥകളി അഭിനിവേശത്തെ തിരിച്ചറിഞ്ഞ കലാമണ്ഡലം ഗോപാലകൃഷ്ണൻ ആശാൻ ഒൻപത് വയസ്സ് പ്രായമുള്ള പ്രിയയെ തന്റെ ശിക്ഷയായി സ്വീകരിച്ചു. കഥകളി പഠനത്തിന് മറ്റു കുട്ടികൾ ഇല്ലാത്തതും സ്ഥലപരിമിതിയും കാരണം പ്രിയയുടെ വീട്ടിൽ തന്നെയായിരുന്നു പഠനം. സാധാരണ നിലയിൽ പഠനം എന്നതു മത്സരങ്ങൾക്കു മാത്രമായി ഒതുങ്ങിപ്പോകുന്ന കാലത്ത് മത്സരിക്കാനും കളിക്കുവാനുമുള്ള അവസരത്തിന് വകയില്ലെങ്കിലും ആ കുട്ടിയുടെ കഥകളി പഠനം വളരെ ചിട്ടയോടെ തന്നെ തുടങ്ങി. കണ്ണ് സാധകത്തിൽ തുടങ്ങി ഉഴിച്ചിൽ ഒഴിച്ചുള്ള എല്ലാ സമ്പ്രദായങ്ങളും കൃത്യമായി ഒറ്റയ്ക്കുള്ള കഥകളി പഠനത്തിലൂടെ നടന്നു. ഗോപാലകൃഷ്ണൻ ആശാന്റെ ചിട്ടയായ ശിക്ഷണം കഥകളി ലോകത്തിന് സമ്മാനിച്ചത് കൃത്യതയുള്ള ഒരു കലാകാരിയെയാണ്. ചിട്ട നിലനിർത്തേണ്ടതിനാൽ മൂന്ന് വർഷത്തിനു ശേഷം ഗുരുവായൂർ കണ്ണന്റെ തിരുസന്നിധിയിൽ വച്ചാണ് അരങ്ങേറ്റം നടന്നത്.

തിരിച്ച് മുംബൈയിലെത്തിയ പ്രിയാനമ്പൂതിരി തന്റെ കഥകളി പഠനം തുടർന്നു. അപ്പോഴേക്കും സ്വന്തം വീട്ടിൽ നിന്നും മാറി ഗോപാലകൃഷ്ണനാശാൻ മുംബൈയിൽ ആരംഭിച്ച കലാക്ഷേത്രയെന്ന സ്ഥാപനത്തിൽ ആയി പ്രിയയുടെ കഥകളി പഠനം. കഥകളിയോടൊപ്പം സ്വന്തം ജീവിതവിജയത്തിനായി പാഠങ്ങൾ പഠിക്കുന്നതിലും അതീവശ്രദ്ധാലുവായിരുന്നു ഈ കലാകാരി. സ്കൂൾ വിദ്യാഭ്യാസവും, കലാവിദ്യാഭ്യാസവും ഒരുപോലെ കൊണ്ടുപോകാൻ പ്രിയക്കു സാധിച്ചു.

അവധിക്കാലങ്ങളിൽ തുടർച്ചയായി നാട്ടിലെത്തുന്ന പ്രിയ, കഥകളി കാണാൻ പോകുക പതിവായിരുന്നു. ഓരോ കളിസ്ഥലത്തു പോകുമ്പോഴും കൈയ്യിൽ പൈജാമ കരുതും. നമ്മുടെ നാടല്ലേ, കെ.എസിന്റെ മകളല്ലേ എന്നൊക്കെ പറഞ്ഞ്, മുൻകൂട്ടി അറിയാതെ പോലും നാട്ടിലെ അരങ്ങുകൾ അവധിസമയത്ത് പ്രിയക്ക് കിട്ടാൻ തുടങ്ങി. കുട്ടിത്തരം, ഇടത്തരം വേഷങ്ങൾ അനവധി എണ്ണം അക്കാലത്ത് നാട്ടിൽ അവതരിപ്പിച്ച ഈ കലാകാരി പിന്നീട് മുഴുനീള വേഷങ്ങളിൽ തന്റെ ശ്രദ്ധ പതിപ്പിച്ചു. ഇതേ സമയത്തു തന്നെ നാട്ടിൽ നിന്ന് കഥകളി അവതരിപ്പിക്കുന്നതിനായി അനേകം വിഖ്യാത കലാകാരന്മാർ മുംബൈയിൽ എത്തുമായിരുന്നു. കലാമണ്ഡലം പത്മനാഭൻ നായരാശാൻ, കലാമണ്ഡലം രാമൻകുട്ടിനായരാശാൻ, നെല്ലിയോട് വാസുദേവൻ നമ്പൂതിരിയാശാൻ, കലാമണ്ഡലം ഗോപിയാശാൻ, സദനം കൃഷ്ണൻകുട്ടിയാശാൻ, കീഴ്പടം കുമാരൻനായരാശാൻ, കോട്ടക്കൽ ശിവരാമനാശാൻ എന്നിവരോടൊപ്പം നിരവധി അരങ്ങുകളിൽ കേരളത്തിനു വെളിയിലും, വേഷങ്ങൾ ചെയ്യാനുള്ള ഭാഗ്യം അങ്ങനെ ഈ കലാകാരിക്ക് ലഭിച്ചിട്ടുണ്ട്.

പച്ച, കത്തി, കരി, താടി, മിനുക്ക്, എന്നിവയിൽ നിരവധി കഥാപാത്രങ്ങളെ അരങ്ങിൽ അവതരിപ്പിക്കാൻ അവസരം ലഭിച്ച ഒരു കലാകാരിയാണ് പ്രിയ നമ്പൂതിരി. സന്താനഗോപാലത്തിലേയും രുക്മിണീ സ്വയംവരത്തിലേയും കൃഷ്ണൻ, പ്രഹ്ളാദൻ, നളചരിതം രണ്ടാം ദിവസം കാട്ടാളൻ, നളൻ, ഭീമൻ, ഹിരണ്യകശിപു, ദുശ്ശാസനൻ, നരകാസുരൻ, പരശുരാമൻ, ബാലി, രാവണൻ, വീരഭദ്രൻ, ഹനുമാൻ, സീത, ദമയന്തി, ലളിതമാർ, സതി തുടങ്ങി നിരവധി വേഷങ്ങൾ ഇതിനോടകം ഭംഗിയായി അവതരിപ്പിക്കാൻ ഈ കലാകാരിക്ക് സാധിച്ചിട്ടുണ്ട്.

വനിതകൾക്ക് കഥകളിരംഗത്ത് ഒരു ഇടം നൽകിയ തൃപ്പൂണിത്തുറ വനിതാ കഥകളി സംഘത്തോടൊപ്പം ചേർന്ന് പ്രവർത്തിക്കാനും ഈ കലാകാരിക്ക് അവസരം ലഭിച്ചിട്ടുണ്ട്. അരങ്ങേറ്റം മുതൽ ഇങ്ങോട്ടുള്ള കാലം പരിശോധിച്ചാൽ അരങ്ങിലെത്തിയ കലാകാരന്മാർ നൽകിയ പ്രചോദനമാണ് പ്രിയാനമ്പൂതിരിയുടെ ഊർജ്ജം. അതുപോലെ തന്നെ തന്റെ മുന്നിലിരിക്കുന്ന കഥകളി ആസ്വാദകർ നൽകുന്ന പിന്തുണ തന്റെ വേഷങ്ങളെ കൂടുതൽ മികവുള്ളതാക്കി തീർത്തു എന്നുമാണ് ഈ കലാകാരിയുടെ അഭിപ്രായം. ഈ കാലയളവിൽ കേന്ദ്ര സർക്കാർ സാംസ്കാരിക വകു

പ്പ് ഏർപ്പെടുത്തിയ ഫെലോഷിപ്പിന് അർഹയായ കലാകാരിയാണിവർ.

അക്കാദമിക പഠനശേഷം ബോംബെയിൽ ഒരു സ്വകാര്യ സ്ഥാപനത്തിൽ ഉദ്യോഗസ്ഥയായിരുന്ന പ്രിയാനമ്പൂതിരിയെ തൃശ്ശൂർ അയ്യന്തോൾ സ്വദേശിയും മുംബൈയിൽ ടി.സി.എസ്സിലെ ഉദ്യോഗസ്ഥനുമായ സുധീപ് ആണ് വിവാഹം കഴിച്ചത്. 2006-ൽ, വിവാഹശേഷം കലാരംഗം ഉപേക്ഷിക്കുമെന്ന കണക്കുകൂട്ടലുകൾ തെറ്റിച്ചുകൊണ്ട് വിവാഹശേഷം ഭർത്താവിന്റെയും വീട്ടുകാരുടെയും പിന്തുണയും പ്രോത്സാഹനവും കൊണ്ട് കലാരംഗത്ത് ഉറച്ചു നിൽക്കാൻ പ്രിയ നമ്പൂതിരിക്ക് കഴിഞ്ഞു. മകൾക്ക് ജന്മം നൽകിയ ഏതാനും നാൾ ഒഴിച്ച് മറ്റെല്ലാക്കാലത്തും അരങ്ങിൽ സജീവമായിരുന്നു ഈ കലാകാരി. ഇപ്പോൾ കുടുംബത്തോടൊപ്പം ബംഗലൂരുവിൽ സ്ഥിരതാമസമാക്കിയ ഈ കലാകാരി കുടുംബത്തിനൊപ്പം തന്നെ പ്രാധാന്യം കഥകളിക്കും നൽകുന്നുണ്ട്.

കേരളത്തിലെത്താൻ എളുപ്പമായതു കൊണ്ട് മാസത്തിൽ രണ്ടു മൂന്നു തവണ നാട്ടിലെത്തി നിരവധി അരങ്ങുകളിൽ കഥാപാത്രങ്ങളെ അവതരിപ്പിക്കുകയും പതിവാണ്. കഥകളി അരങ്ങുകൾക്കു മാത്രമായി കേരളത്തിലേക്ക് വന്നു തിരികെ പോകുന്നത് ഈ കലാകാരി ഇന്ന് ശീലമാക്കിയിരിക്കുന്നു. അന്നുമിന്നും താങ്ങും തണലുമായി കുടുംബം കൂടെ നിൽക്കുന്നു എന്നതാണ് ഏറ്റവും വലിയ സൗഭാഗ്യമെന്ന് പ്രിയ കരുതുന്നു. കഥകളി ഇപ്പോൾ ഒരു പുരുഷമേധാവിത്വ കലയാണെന്ന അഭിപ്രായം ഈ കലാകാരിക്കില്ല. 'നാം മനസുവച്ചാൽ നടക്കാത്തതായി ഒന്നുമില്ല.' എന്നാണ് ജീവിതം കൊണ്ട് അതു തെളിയിച്ച ഈ കലാകാരിയുടെ പക്ഷം. കഥകളിയെ വെറും നേരമ്പോക്കായല്ല മറിച്ച് ജീവവായുവായി കാണുന്ന ഒരാളെയാണ് ഈ കലാകാരിയിലൂടെ നമുക്ക് ദർശിക്കാൻ സാധിക്കുന്നത്. നിരന്തര അഭ്യാസം, കഥകളി കാണൽ, കഥകളി പദങ്ങൾ കേൾക്കൽ, കഥ വായിച്ച് മനസ്സിലാക്കൽ എന്നിവയിലൂടെ ഈ കലയെ ഏതൊരാൾക്കും സ്വന്തമാക്കാമെന്ന് ഈ കലാകാരി പൊതുസമൂഹത്തോട് പറയുന്നു.

'പ്രപഞ്ചത്തിലെ വൈശിഷ്ട്യം നിറഞ്ഞ ഒരു സൃഷ്ടിയാണ് സ്ത്രീയുടേത്. വഴക്കമുള്ള ശരീരം തന്നിരിക്കുന്നതിനാൽ ചവിട്ടി ഉഴിച്ചിൽ ആവശ്യമില്ലാതെ തന്നെ ഏത് വേഷവും അനായാസം കെട്ടിയാടാൻ സാധിക്കും. അതിനായി ലഘുവ്യായാമങ്ങൾ സ്ഥിരമായി ചെയ്യണം. കഥകളിപഠനത്തിലേക്ക് വരുന്ന ഓരോ കുട്ടിയും

എത്രയധികം പഠിച്ചു എന്നതിനു പ്രാധാന്യം കൊടുക്കാതെ എത്ര ആഴത്തിൽ പഠിച്ചു എന്നു ചിന്തിക്കേണ്ടതാണ്. അങ്ങനെയുള്ള ചിന്ത ചിട്ടയായ പഠനത്തിന് സഹായകമാകും. പഠിക്കുന്ന കാര്യങ്ങൾ പല തവണ ആടി നോക്കി ഗുരുവിൽ നിന്നു ലഭിച്ചതിന്റെയൊപ്പം നമുക്ക് ചേർക്കാൻ കഴിയുന്നതു കൂടി ചേർത്ത് ആടാൻ കഴിയണം. വേഷം പഠിക്കുന്ന കുട്ടികൾ കളി കാണുക എന്നത് വളരെ പ്രാധാന്യമുള്ള ഒരു കാര്യമാണ്.

ആശാനിൽ നിന്നും പകുതി മാത്രമേ ഗ്രഹിക്കാൻ സാധിക്കൂ, ബാക്കിയുള്ളത് നിരന്തരമായ കാഴ്ചാശീലം കൊണ്ടും സ്വന്തം അനുഭവം കൊണ്ടും നേടിയെടുക്കണമെന്നാണ് ഈ കലാകാരിയുടെ അഭിപ്രായം. 'ആധുനിക കാലത്ത് ദൃശ്യ, ശ്രവ്യ, ഇലക്ട്രോണിക് മാധ്യമങ്ങളും കഥകളി പഠനത്തെ എളുപ്പമാക്കിയിട്ടുണ്ട്. നിരന്തരം കണ്ടുള്ള പഠനത്തോടൊപ്പം ഉത്തമനായ ഒരു ഗുരുവിനെ കണ്ടെത്തുകയും വേണം. ഭൂമിയിലേക്ക് പേരില്ലാതെ ജനിക്കുന്ന നാം ഓരോരുത്തരും ഭൂമിയിലെത്തി പേര് സ്വീകരിച്ച് ഭൂമിയിൽ ജീവിച്ച് മടങ്ങുമ്പോൾ വരും തലമുറക്ക് ആ പേര് ഓർക്കുവാനായി എന്തെങ്കിലും ചെയ്യേണ്ടത് ആവശ്യമാണ്. ഇതിനായി കഥകളി അഭ്യസിക്കുന്ന കുട്ടികൾ ഓരോരുത്തരും കഥകളിയുടെ ഉപാസകരായി മാറണം.' പ്രിയ പറയുന്നു. ഈ വാക്കുകൾ വഴികാട്ടിയാണ്.

മറാത്തയിൽ ജനിച്ച് മലയാണ്മയെ സ്നേഹിച്ച മലയാളത്തിന്റെ തനതു കലയെ ജീവശ്വാസം പോലെ നെഞ്ചിലേറ്റിയ ഈ അതുല്യ കലാകാരിയുടെ ജീവിതം വരും തലമുറയ്ക്ക് എന്നും മാതൃകയാണ്.

○○

പരിപാഹി മാം ഹരേ! പത്മാലയാപതേ!
പരിപാഹി പരിപാഹി പാഹിമാം ഹരേ
പരിതാപം അകലുവാൻ പരമപുരുഷ! തവ
പദകമലം വന്ദേ മംഗല മൂർത്തേ!

15

പ്രവാസലോകത്തു നിന്നും കഥകളിയിലേയ്ക്കൊരു രണ്ടാം വരവ്

റോഷ്ണി പിള്ള

കഥകളിയുമായി ഏറ്റവും അഭേദ്യമായ ബന്ധവും, കഥകളി രംഗത്തേക്ക് അനേകം അതുല്യപ്രതിഭകളെ സംഭാവന ചെയ്തതുമായ പാലക്കാട് ജില്ലയിലെ ഗ്രാമങ്ങളാണ് വെള്ളിനേഴി, അയ്യപ്പൻകാവ്, ശ്രീകൃഷ്ണപുരം, ചെർപ്പുളശ്ശേരി എന്നിവ. ചെർപ്പുളശ്ശേരിയിൽ 1975 ൽ ആണ് റോഷ്ണിയുടെ ജനനം. കഥകളി എന്ന കലയോടുള്ള ബന്ധം ആ നാട്ടിലെ ഓരോ വീട്ടിലും പ്രതിഫലിച്ചു കാണാമായിരുന്നു. റോഷ്ണിയുടെ ജനനവും ഒരു കഥകളി ആഭിമുഖ്യമുള്ള കുടുംബത്തിലായിരുന്നു. അമ്മയും വലിയമ്മയുമടക്കം കഥകളി പഠിച്ചിരുന്ന ആ വീട്ടിൽ ജനിച്ച പുതിയ തലമുറക്കാരിയായ റോഷ്ണിക്ക് കഥകളിയോട് ആഭിമുഖ്യമുണ്ടായതിൽ അതിശയപ്പെടാൻ പറ്റുമോ?

ചെറുപ്പകാലം മുതൽ കഥകളി നടക്കുന്ന സ്ഥലങ്ങളിലെത്തി കളി കാണുന്നത് അവളുടെ പതിവായിരുന്നു. 'ശിവനെ ഭജിച്ച് ശിവനായിത്തീരുക' എന്നു പറയുന്നതു പോലെ കഥകളി കണ്ടുകണ്ട് കഥകളിക്കാരിയായ ചരിത്രമാണ് റോഷ്ണി പിള്ളയുടേത്. ഏഴാം വയസ്സിൽ കലാമണ്ഡലം ഗോപാലകൃഷ്ണനാശാന്റെ ശിഷ്യയായി കഥകളി പഠനം തുടങ്ങി. ആശാന്റെ കളരിയിൽ പെൺകുട്ടികൾക്ക് ചവിട്ടി ഉഴിച്ചിൽ ഒഴിച്ചുള്ള എല്ലാ ശാരീരിക വ്യായാമങ്ങളും അക്കാലഘട്ടങ്ങളിൽ നടന്നിരുന്നു. ചിട്ടയായ പഠനവും പരിശീലനവും റോഷ്ണി എന്ന കലാകാരിയെ വാർത്തെടുക്കുന്നതിൽ വലിയ ഒരു പങ്കാണു വഹിച്ചിട്ടുള്ളത്.

ഏഴാം വയസ്സിൽ കഥകളി പഠനം തുടങ്ങിയ ഈ കലാകാരി

1985-ൽ ഒൻപതാം വയസ്സിൽ ശ്രീകൃഷ്ണപുരത്തിനടുത്തുള്ള പരിയാമ്പറ്റ ക്ഷേത്രത്തിൽ വച്ച് പുറപ്പാടിൽ ശ്രീകൃഷ്ണനായി അരങ്ങേറ്റം കുറിച്ചു. അതിനുശേഷം നിരവധി ഇടത്തരം, കുട്ടിത്തരം വേഷങ്ങൾ പഠിച്ച് അരങ്ങിൽ ഈ കലാകാരി ആസ്വാദകർക്കായി സമർപ്പിച്ചിട്ടുണ്ട്. സ്കൂൾ കോളേജ് പഠനകാലത്ത് നിരവധിസ്ഥലങ്ങളിൽ കോട്ടയ്ക്കൽ നാട്യസംഘം അടക്കമുള്ള കളിയോഗങ്ങൾക്കൊപ്പം പോയി. സംസ്ഥാന സ്കൂൾ കലോത്സവം, സർവ്വകലാശാലാ കലോത്സവം എന്നിവയിൽ ശ്രദ്ധേയമായ വിജയം നേടി.

ഏഴു വയസുമുതൽ സ്കൂൾ വിദ്യാഭ്യാസ കാലഘട്ടത്തിൽ കലാമണ്ഡലം ഗോപാലകൃഷ്ണനാശാന്റെ ശിഷ്യയായിരുന്ന റോഷ്ണി തുടർന്ന് കോളേജ് വിദ്യാഭ്യാസ കാലഘട്ടത്തിൽ തന്റെ ഗുരുവായി സ്വീകരിച്ചത് കലാമണ്ഡലം കേശവൻ നമ്പൂതിരിയാശാനെ ആയിരുന്നു. പാലക്കാട് എഞ്ചിനിയറിംഗ് കോളേജിൽ എഞ്ചിനിയറിംഗ് വിദ്യാർത്ഥിനിയായി പഠനം തുടരുന്ന കാലത്ത് കേരളത്തിലെ അങ്ങോളമിങ്ങോളമുള്ള കഥകളി അരങ്ങുകളിൽ സജീവ സാന്നിദ്ധ്യമായിരുന്നു റോഷ്ണി.

കഥകളിരംഗത്തെ സ്ത്രീ കൂട്ടായ്മയായ തൃപ്പൂണിത്തുറ വനിതാ കഥകളി സംഘവുമായും അക്കാലം മുതലേ ഈ കലാകാരിക്ക് ബന്ധമുണ്ടായിരുന്നു. കുട്ടിത്തരം, ഇടത്തരം പുരുഷവേഷങ്ങളിൽ ആരംഭിച്ച് മുഴുനീളെ പുരുഷവേഷങ്ങളും ഈ കൈകളിൽ ഭദ്രമാണ്. സന്താനഗോപാലം, രുഗ്മിണി സ്വയംവരം കൃഷ്ണൻ, ലവകുശന്മാർ, ശിവൻ തുടങ്ങി അനവധി പുരുഷ വേഷങ്ങൾക്കൊപ്പം രുഗ്മിണി, സതി, ലളിതമാർ, സൈരന്ധ്രി, ഉർവ്വശി എന്നീ സ്ത്രീവേഷങ്ങളും അരങ്ങിൽ അവതരിപ്പിച്ച കലാകാരിയാണ് റോഷ്ണി.

കഥകളി രംഗത്ത് മലയാളക്കരയുടെ വരദാനങ്ങളായ ഒട്ടനവധി കലാകാരന്മാരോടൊത്ത് കൂട്ടുവേഷം ചെയ്യുവാൻ ഈ കലാകാരിക്ക് കഴിഞ്ഞിട്ടുണ്ട്. കലാമണ്ഡലം ഗോപിയാശാന്റെ കർണ്ണന് ഭാനുമതിയായി ചേർന്നാടാൻ ഭാഗ്യം സിദ്ധിച്ചിട്ടുണ്ട് ഈ കലാകാരിക്ക്. കൂടാതെ കലാമണ്ഡലം കേശവൻനമ്പൂതിരി, കെ.ജി. വാസുദേവനാശാൻ, കലാനിലയം ബാലാശ്ശാൻ, കലാമണ്ഡലം കൃഷ്ണകുമാർ എന്നിവരോടൊപ്പം വിവിധ അരങ്ങുകളിൽ വേഷം ചെയ്തിട്ടുണ്ട്. ഏറ്റവും കൂടുതൽ കൂട്ടുവേഷങ്ങൾ ആടിയിട്ടുള്ളത് ഗുരുവായ കലാമണ്ഡലം ഗോപാലകൃഷ്ണനാശാനോട് ഒന്നിച്ചാണ്. ഗുരുതുല്യരായ ഇത്തരം കലാകാരന്മാരിൽ നിന്നു ലഭിച്ച പ്രേരണയും,

പിന്തുണയുമാണ് ഈ കലാകാരിക്ക് കഥകളിയിൽ മുന്നോട്ടുള്ള പോക്കിന് വഴി തുറന്നത്.

1998-ൽ അമേരിക്കയിൽ ജോലിയും താമസവുമാക്കിയ സുരേഷ്പിള്ളയുമായിട്ടായിരുന്നു റോഷ്ണിയുടെ വിവാഹം. എഞ്ചിനിയറിംഗ് ബിരുദധാരിയായ റോഷ്ണിപിള്ളയ്ക്ക് ഇന്റലിൽ എഞ്ചിനീയറായി ജോലി ലഭിച്ചു. അമേരിക്കൻ കോർപ്പറേറ്റ് ജീവിതത്തിനിടയിൽ തന്റെ മനസ്സിനെ ഏറെ സ്വാധിനിച്ചിരുന്ന കഥകളി റോഷ്ണി പിള്ളയ്ക്ക് താൽക്കാലികമായി മാറ്റി വെക്കേണ്ടി വന്നു. രണ്ട് പെൺ മക്കളാണ് ഇവർക്കുള്ളത്. സമൂഹമാധ്യമങ്ങളും യൂട്യൂബും ഒന്നും പ്രചാരമില്ലാതിരുന്ന കാലഘട്ടത്തിൽ തന്റെ ജീവശ്വാസമായ കഥകളി ഒന്നു കാണാനുള്ള അവസരം പോലും പ്രവാസ കാലത്ത് അവർക്കു ലഭിച്ചിരുന്നില്ല. നാട്ടിലെത്തുമ്പോൾ മാത്രമായിരുന്നു അതിനു സാധിച്ചിരുന്നത്. ചെറിയ കുഞ്ഞുങ്ങളേയും കൂട്ടി നാട്ടിലെത്തിയാലും കളികാണാൻ പോകാൻ പറ്റാത്ത സാഹചര്യമായിരുന്നു. പിന്നീട് ഭാര്യയുടെ മനസ്സിലെ കഥകളി മോഹം തിരിച്ചറിഞ്ഞ ഭർത്താവ് സുരേഷ് പിള്ള കഥകളി കാണാനും കളിക്കാനും റോഷ്ണിയെ പ്രേരിപ്പിച്ചു.

വർഷങ്ങൾ കടന്നു പോയി. സോഷ്യൽ മീഡിയ സജീവമായ കാലം ഫെയ്സ്ബുക്കിലെ കഥകളി ഗ്രൂപ്പിൽ അംഗമായി. ഗ്രൂപ്പിൽ നിന്നു കിട്ടിയിരുന്ന കഥകളി വീഡിയോകൾ കണ്ട് തൃപ്തിപ്പെട്ട കാലത്താണ് ഭർത്താവിന്റെയും മക്കളുടെയും പിന്തുണ റോഷ്ണി തിരിച്ചറിഞ്ഞത്. പിന്നീട് പതുക്കെ ചുവടുകൾ ചവിട്ടാൻ തുടങ്ങി. ജോലിക്കിടയിലെ പിരിമുറുക്കം ഒഴിവാക്കാനായി റോഷ്ണി സ്ഥിരമായി കഥകളി പ്രാക്ടീസ് ചെയ്യാൻ തുടങ്ങി. സോഷ്യൽ മീഡിയായിലെ ആ കൂട്ടായ്മ ഒരു സംഘടനയായി രൂപപ്പെട്ടു. ആ സംഘടനയുടെ ഉത്ഘാടനം നടന്നത് എറണാകുളത്തെ ചങ്ങമ്പുഴ പാർക്കിൽ വച്ചായിരുന്നു. 2013 ഡിസംബർ മാസം നടന്ന ഉദ്ഘാടനത്തിന് രാത്രി നീണ്ട കഥകളിയുമുണ്ടായിരുന്നു.

ഇതിനോടകം റോഷ്ണി പിള്ള എന്ന കലാകാരിയെ തിരിച്ചറിഞ്ഞ സംഘടനയിലെ അംഗങ്ങൾ വർഷങ്ങൾക്കു ശേഷം അവരെ അരങ്ങത്ത് എത്തിച്ചു. പതിനേഴ് വർഷങ്ങൾക്കുശേഷമുള്ള രണ്ടാം വരവ്. ഒട്ടും ശങ്കയ്ക്ക് ഇടവരുത്താതെ സ്വന്തം വേഷം അരങ്ങത്ത് അവതരിപ്പിച്ച ഈ കലാകാരി മനസ്സിൽ കത്തിജ്വലിച്ച് കനലായി ചാരം മൂടിക്കിടന്ന തീപ്പൊരിയെ അഗ്നിജ്വാലയാക്കി മാറ്റുകയായിരുന്നു. 2013-ന് ശേഷം വീണ്ടും സജീവമായി കഥകളിരംഗത്തേക്ക്

പ്രവാസജീവിതത്തിൽ നിന്നും കടന്നുവന്ന റോഷ്ണിപ്പിള്ള ഇപ്പോൾ വർഷത്തിൽ രണ്ടു തവണ അമേരിക്കയിൽ നിന്ന് കേരളത്തിലേക്ക് തന്റെ പ്രാണനായ കഥകളിയെ അരങ്ങത്ത് അവതരിപ്പിക്കാനായി എത്തുന്നു.

പുരുഷവേഷത്തേക്കാൾ ഉപരി സ്ത്രീവേഷത്തിലാണ് ഈ കലാകാരി ശ്രദ്ധ കേന്ദ്രീകരിച്ചിരിക്കുന്നത്. മാറിയ കാലഘട്ടത്തിൽ റോഷ്ണി പിള്ളയ്ക്ക് കഥകളിയിലെ മാറ്റവും തൊട്ടറിയാൻ കഴിയുന്നുണ്ട്. ഇന്ന് ഇലക്ട്രോണിക്ക് ഉപകരണങ്ങളുടെ സ്വാധീനം കഥകളിയെ സാരമായി ബാധിക്കുന്നുണ്ടെന്നും ഈ കലയുടെ പ്രാധാന്യം മനസ്സിലാക്കിയ പുതുതലുറ കഥകളി രംഗത്തേക്ക് ഒരു തിരിച്ചുവരവ് നടത്തി കൊണ്ടിരിക്കുന്നുവെന്നുമാണ് ഈ കലാകാരിയുടെ അഭിപ്രായം.

കലയോട് ഇഷ്ടമുള്ള കുട്ടികൾ അത് സ്വായത്തമാക്കുന്നതിനായി കഠിനപ്രയത്നം ചെയ്യേണ്ടതാന്ന്. മാതാപിതാക്കളുടെ അകമഴിഞ്ഞ പിന്തുണ കൂടിയുണ്ടെങ്കിൽ നമുക്ക് ഏതൊരു കലയേയും അതിന്റെ തനിമയോടെ നിലനിർത്താൻ കഴിയും. കലാരംഗത്ത് പ്രവർത്തിക്കുന്ന കുട്ടികൾക്ക് പുത്തൻ ഉണർവ്വുണ്ടാക്കുന്നതാണ് പ്രവാസിയായ ഈ കഥകളിക്കാരിയുടെ ജീവിതം എന്നു പറയാതെ വയ്യ!

○○

www.ingramcontent.com/pod-product-compliance
Lightning Source LLC
LaVergne TN
LVHW060125051026
849517LV00007B/2396
* 9 7 8 9 3 9 1 0 8 5 8 0 3 *